Dearest Su———,

Enjoy reading this book.

God loves you and so do I.

Love,
Sis Esther

(B. Jimenez)

HAY NAKU! HAIKU

Ito ay kabuuan ng makasaysayan at kakaibang tula na nagbibigay ng magandang aral at asal sa sanlibutan, sa araw-araw ng paghaharap ng hamon sa buhay.

SINULAT NI
ESTHER "THEA" B. JIMENEZ

Copyright © 2019 by Esther "Thea" B. Jimenez.
Cover design and other illustrations by Esther "Thea" B. Jimenez

ISBN   978-1-970160-35-2 Ebook
ISBN   978-1-970160-36-9 Paperback

All rights reserved. No part of this publication may be reproduced, distributed, or transmitted in any form or by any means, including photocopying, recording, or other electronic or mechanical methods without the prior written permission of the publisher. For permission requests, solicit the publisher via the address below through mail or email with the subject line "Attention: Publication Permission".

EC Publishing LLC
11100 SW 93rd Court Road, Suite 10-215
Ocala, Florida 34481-5188, USA

Ordering Information:
Quantity sales. Special discounts are available on quantity purchases by corporations, associations, and others. For details, contact the publisher at the address above.

www.ecpublishingllc.com
info@ecpublishingllc.com
+1 (352) 234-6201

Printed in the United States of America

TALAAN NG MGA NILALAMAN

Pag-aalay (Dedication) ix
Paunang Salita (Prologue) xi
Paunang Hiwatig (Preface) xiii
Introduksyon (Introduction) xvii
Pagkilala (Acknowledgement) xix
Ang May Akda (About the Author) xxi
Pang-Unang Pamungad (Foreword) xxv
Pangalawang Pamungad (Foreword) xxix

CHAPTERS (KABANATA)

1) Introduksyon 1
2) Pasukan Na Ba? 3
3) Ugaling Tunay 5
4) Kaibigan Talaga 7
5) Ulirang Ina 9
6) Asong Bantay 11
7) Maharlikang Pusa 13
8) Pong-Pagong 15
9) Elepanteng Emosyonal 17
10) Ang Unggoy, Tsonggo O Ang Matsing 19
11) Haring Kuwago 21
12) Tandang- Tanda Ko Pa 23
13) Pagsulpot Ng Buwan 25
14) "Froggy" At Pong 27

15) Giriyap! Horsey! 29
16) Kuneho Ni Ferdinand 31
17) Hari Ng Gubat 34
18) Guhit Ng Tigre 36
19) Ang Masaganang Baboy 38
20) Kalabaw- Pambansang Hayop 41
21) Maliksing- Kambing 43
22) Ba'ka Sa Rancho 45
23) Ang Paru-Paro 47
24) Ang Bibe 50
25) Dyirap (Giraffe) Matangkad 53
26) Ang Magsasaka At Ang Bukid 56
27) Hari Ng Kulubot 58
28) Ang Kalikasan 60
29) Anghel Dela Guwardiya 62
30) Pantasya- Paraiso 64
31) Buhay Na Matahimik 66
32) Sampung- Saging 69
33) Buko- N'yog 71
34) Tama Na Ang Pambubuli 73
35) Kaibigang- Kamatayan 75
36) Kagandahang- Asal 77
37) Buhay Ng Isang Pintor 79
38) Pagmamahal Sa Wika 81
39) Komunikasyon 84
40) Ang Pagbabago 86
41) Ang Pagpapatawad 88
42) Nasaan Ka Katahimikan ? 90
43) Sekreto Ba? Bakit Alam Ko ? 93
44) Ano Bang Gusto Mo? 97

45) Araw Mo Ngayon 99
46) Karapatan, Karapat-Dapat............................ 101
47) Ang Paglalakbay 103
48) Ulap Na Mailap...105
49) Bayani.. 108
50) Ang Paghihintay 111
51) Mahal Ang Pagmamahal 114
52) Magpakatotoo..116
53) Alitaptap...Kikislap-Kislap............................ 118
54) Tungo At Tingala.. 120
55) Musmos Na Isipan..122
56) Bato-Bato...Mga Kasabihan...........................124
57) Ikaw... Sa Mundong Ibabaw...........................126
58) Dilaw Ng Panibugho......................................128
59) Sorpresa ! Alam Ng Lahat.............................130
60) Ang Mata Ay Walang Kurap...Pangarap.......132
61) Mapayapang Paglalakbay 134
62) Takbo Ng Buhay 136
63) Sama-Sama...Hiwalay 138
64) Nadapa ? Bangon Ka!....................................140
65) Nakalimutan Ko...Hindi Ko Sinasadya 143
66) Palengke Sa Kalye...146
67) Selebrasyon Ng Buhay...................................150
68) Magandang Balita 152
69) Ang Aklat Ng Buhay 154
70) Nakikita Mo Ba ? Ang Naririnig Ko?.............156
71) Iwas Sa Lingkis...Mabangis........................... 161
72) Lipad Na Mataas...Alalay Sa Pagbagsak 164
73) Bagong Dahon...Bagong Buhay 166
74) Ang Magulang Na Hindi Magulang 169

75) Panaginip... Parte Ng Buhay..........................171
76) Gunita Ng Kahapon 174
77) Hamon Ng Kapalaran................................176
78) Transpormasyon (Transformation) 178
79) Apoy Ng Pag-Asa................................... 180
80) Hangganan...Sa Hagdanan 182
81) Bongga...Gagamba 184
82) Unano...May Higanteng Puso 186
83) Paborito...Paboreal (Peacock)....................... 188
84) Paligsahan...Panalo na 191
85) Mahirap Ang Mahirap.............................. 193
86) Payong Ng Dewende...Kabute..................... 196
87) Alisin Ang Poot...Mapait............................199
88) Ala-Ala Ng Lumipas...Lumampas.................... 201
89) Kulang Sa Pagmamahal...Dagdagan................203
90) Sampaguita...Halimuyak Kitang-Kita 206
91) Magandang Buhay...Kanino? 209
92) Magkaibang Mundo...Parehong Bilog 211
93) Ugnayan ng Katawan... Nagkakaisa...............213
94) Ang Libro Ng Buhay...Makasaysayan.............216
95) Imposible Nang Mangyari...Nangyari Na....... 219
96) Salamin Ng Pagbabago...Nabasag 221
97) Lagpasan...Huwag Higitan........................ 224
98) Pagmamahal...Lenguahe sa Mundo 227
99) Sa Piling ni Nanay...Matiwasay 230
100) Matatag Si Tatay...Katuwang Ni Nanay...... 233
101) Pagbukas Ng Bagong Yugto 235

Pang-Wakas Na Salita (Epilogio) (Epilogue)......... 237

PAG-AALAY (DEDICATION)

*Sa aking mga magulang na sumakabilang buhay na, kung hindi dahil sa kanila ay walang librong, "Hay Naku! Haiku". Lahat ng nakakamit kong tagumpay at ano mang basbas at pagpapala na aking natatanggap ay inaalay ko sa kanila. Maraming salamat po inay at itay, mga magulang kong mahal.

*Sa mga nagmamahal sa ating bayan at sa ating sariling wika.

*Sa mga Pilipinong Bayani lalo na si Gat Jose P. Rizal na nagbahagi nang karunungan, sa pamamagitan ng kanyang mga salawikain at mga kahanga-hanga at pambihira niyang gawain at mga ginawa sa ating bayan.

*Sa lahat ng mga guro, lalo na yung mga nagtuturo ng Pilipino "subject" (paksa). Ang mga guro ang unang haligi ng kaalaman.

*Sa mga makata at sa mga taong nakahiligan ang sining ng panunulat sa wikang Pilipino.

*Sa mga mahal ko sa buhay, sa inyong suporta at pagmamahal.

*Sa mga kababayan ko na hindi nakakalimot sa ating wika at ipinagmamalaki ang wikang tagalog.

*Sa mga manunulat na ang pakay ay nauugnay sa aking layunin na ipagmalaki at tangkilikin ang sariling wika.

At para sa tunay na dapat kong pasalamatan ay ang ating Panginoon at wala ng iba, na sa kung ano man ang meron ako, dunong man at kakayahan ko sa mundong ito ay sa Kanya nanggaling. Salamat sa Inyo aming Diyos na Makapangyarihan. Ang laki ng aking pasasalamat sa Kanya sa ibinigay Niyang dunong at kakayahan na aking ibinabahagi sa mundong ito.

PAUNANG SALITA (PROLOGUE)

Ang pagsusulat ng isang libro sa wikang Tagalog ay kakaiba sa wikang banyaga o salitang Ingles (English). Ang sabi ko sa aking sarili ay susubukan kong magsulat sa ating sariling wika, tutal marunong naman akong magsulat ng pangkaraniwang sulat at maalam naman ako sa pagbaybay ng mga salita.

Para sa akin ay sapat na ito para maisakatuparan ko ang kagustuhan kong maglathala ng isang librong Tagalog. Ngayon lang ako maglalathala ng libro na nasa sarili nating wika. Lahat ng aking nailathala na libro ay nasa wikang Ingles. Ito ay ang aking pang ika-sampu na libro na. Yung siyam na aking nailathala na ay nasa wikang Ingles lahat.

Pinag-aralan ko pa ang dapat kong gawin at sinaliksik ko ng kaunti kung saan ako mag-uumpisa sa pagsulat ng Tagalog. Kung tutuusin ay puwede ko ring isalin na lang sa Tagalog yung mga nagawa ko nang libro, pero nanaig ang kagustuhan kong maglathala ng purong Tagalog mula sa aking puso.

Itong paglathala ko ng Tagalog ay nung nakaraang taon ko pang binalak. Buwan din ng Agosto nung maisip ko ito. Natutuwa ako dahil nasabayan pa ng Linggo Ng

Wikang Tagalog at ito ay komemorasyon o pagdiriwang ng ating pangalawang Presidente na si Manuel Luis Quezon, at siya ang Ama ng Wikang Tagalog. Hindi ko naituloy dahil sa tinapos ko pa ang dalawa kong "manuskrito (manuscript). Ang mga ito ay "Gather Around The Table" at "Climb Up, Way Up High".

Mahilig akong gumawa ng mga tula, kaya naisipan kong gumawa ng Tagalog Haiku. Kaya pinanganak ang pamagat ng libro ko at ito ay "HAY NAKU! HAIKU". Ang tulang ito ay hindi ordinaryong tula, dahil iba ang estilo nito.

Isasalaysay ko sa mga susunod na pahina kung bakit itong tulang ito ang nagustuhan ko at kung saan nagmula ang ideya kung bakit ganoon ang pamagat na napili ko.

Ako ay naingganyo sa pagsulat ng Haiku, at sa katunayan ay tuloy-tuloy ang pagsulat ko hanggang nakatapos ako ng higit sa isang daang (100) (subtitles). Ako ay nagkaroon ng inspirasyon at ito ay galing sa Espiritu Santo (Holy Spirit). Nang mga sandaling iyon ay sunod-sunod na ideya ang pumapasok sa isipan ko at ito ay inaayunan ng aking puso.

Sana ay makapagbigay ako ng inspirasyon sa inyo at saya sa mga mambabasa at makapulot din kayo ng magagandang aral at asal.

Hay Naku! Lipat na tayo sa mga susunod na pahina at tingnan natin ang unang halimbawa ng Tagalog na Haiku.

PAUNANG HIWATIG (PREFACE)

Saan ko nakuha ang pamagat ng libro kong Hay Naku! Haiku? Makabuluhan ang mga dahilan ng aking pagpili ng pamagat ng aking libro.

Unang-una ay may isang teleserye na palaging may tulang "haiku" na tagalog tuwing matatapos ang teleserye araw-araw. Naiingganyo ako sa tuwing binabasa ko ang naturing haiku. Pangalawa ay meron paring isang teleserye na may isang batang lalake na palaging nagsasabing "Hay Naku! at sabay hawak sa ulo niya at sabay hawi sa buhok. Nagkataon namang nagtutugma ang huling pantig (syllables) kaya napag-isipan kong pagdugtungin ang Hay Naku! Haiku. Pangatlong dahilan ay nakagawa na ako ng tula na "haiku" sa Ingles. Yung isa kong libro ay tungkol sa aking pagong na si PONG at ang ang pamagat ay "202 Turtle Haiku". Iyan ang kabuuan at kabuluhan ng pamagat ng aking libro na "Hay Naku! Haiku. Tingnan naman natin kung ano ang maibibigay ng pagbasa mismo ng tula, bukod sa laman ng librong ito.

Sa larangan ng panulaan (poetry), ang Haiku ay isang maikling tula, na nagmula sa Bansang Hapon. Ang numerong bumabalot sa maikling tula na ito ay 5-7-5 na ang kabuuan ay labing pintong pantig (syllables), na may tatlong taludtod (lines). Ang unang taludtod (line) ay may limang pantig (syllables) at sa ikalawang taludtod (line) ay may pitong pantig (syllables), at sa ikatlong taludtod (line) ay may limang pantig (syllables). Ito'y nagtataglay ng talinghaga. Tingnan ninyo ang halimbawa sa kasunod na linya.

"Ang tulang Haiku" – 5
May labing pitong pantig – 7
Tatlong taludtod – 5

Ang Haiku ay hindi nangangailangan ng tugma sa bawat hulihang bahagi ng salita, ngunit ginagamit ng paghahambing ng isa o dalawang ideya o kaya naman ay paglalarawan ng dalawang magkaibang tao, hayop, bagay, pangyayari, o lugar.

Ang pakiusap ko lang ay ihanda ninyo ang inyong mga daliri sa pagbibilang ng 5-7-5. Ito ang bilang ng tula. Sa unang linya ay may pantig na lima, sa pangalawang linya ay pitong pantig at sa pangatlong linya ay may limang pantig uli, (5-7-5). Kaya habang binabasa ninyo ang tula ay sabayan ninyo at gamitin ang inyong mga daliri sa pagbibilang ng lima-pito-lima. Tayo ay magsaya habang nagbabasa.

Inuna ko ang pagpapaliwanag ang tungkol sa salitang "Haiku" para maintindihan natin lalo ang sinasaad ng librong ito. Bago ang lahat ay nais kong ipabatid sa mga mambabasa na sisikapin kong ibahagi ang aking mga tulang "Haiku" na may katuturan, may kagandahang asal, may kapupulutang aral at may mga impormasyon na maidudulot na pang kaalamanan.

Ang mga kaibhan ng mga tula ko ay mahaba ang bawat tula ko, ito'y mas maraming saknong (stanza). Ang kagandahan ng mga Haiku na aking ibinabahagi ay para itong isinasalaysay o ikinukuwento and mga bagay-bagay, buhay-buhay ng tao, pati na ang hayop; kalikasan at pati na ang mga lugar, at pati na rin ang iba't-ibang sitwasyon ng buhay.

Ito ang kauna-unahang pagsulat ko sa wikang Tagalog. Sa totoo lang ay sobra ang pagkagalak ko at natutuwa ako sa una kong librong sa wikang Tagalog. Bukod sa marami akong natutunan sa paglathala ng librong ito ay naiingganyo rin akong magbasa ng malakas na parang nagsasalita sa harap ng grupo, kahit sa madlang tao. Parang patuloy na ito sa paglikha ng "Spoken Words" na patula. Abangan natin ang susunod na libro tungkol sa "spoken words."

Ating mahalin and ating wika, "sariling wika". Isaisip at isapuso natin ang kasabihang ito,"Ang hindi marunong magmahal sa sariling wika daig pa ang hayop at malansang isda." Maraming salamat Gat Jose P. Rizal sa magandang salawikain na iyon.

Tayo ay tao at hindi hayop. Tayo ay mabango at hindi malansa. Marunong tayong magmahal sa sariling wika. Tama ba mga kababayan ko? Mabuhay ang ating sariling wika! Mabuhay ang mga Pilipino!

INTRODUKSYON (INTRODUCTION)

Sa mundo ng tula ay nakakabit ang salitang makata. Nasa isip ng tao at ang palagay ng tao ay kapag ikaw ay mahilig gumawa ng tula ay isa ka nang makata. Ang makata ay isang taong malikhain, matalino at may malayong pagtingin, (view or insightful.) Sa madaling salita ay ang English ng makata ay "poet."

Ang isang tula ay hindi palaging may "rhyme" ang dulong salita ng bawat linya, o magkasintunog ang mga huling salita. Maaari din na kahit hindi "rhyme" ay puwede rin ang "free flow" o "free verse" na tinatawag.

Sa pagkakataong ito ay mararanasan ninyo ang kakaibang tula. Ito ay nabanggit na sa "Paunang Hiwatig.. May bilang ang tulang ito bukod sa makasaysayan ang kabuuan ng tula.

Isa sa pinakaunang "Haiku" na aking ginawa ay may pamagat na "Pasukan Na" Nagkataon naman na panahon na naman ng pasukan. Sinundan ito ng tungkol sa "Ina", kaibigan, at tungkol sa iba't-ibang uri ng hayop at meron ding tungkol sa kalikasan at marami pang iba.

Hindi naman ako eksperto sa pagsasalita ng Tagalog, pero laki akong Maynila at wala kaming probinsya at nakagisnan ko ang puro Tagalog na salita.

Ang pinakamahalaga sa aking pagsusulat ng haiku ay isinasapuso ko ang haiku, at isinasaisip ko ang bawat lumabas sa aking bibig at may pag-iingat na hindi ako makasakit.

Pinag-ukulan ko ng pansin ang kagandahan ng bawat salita. Ako ay nagpapasalamat sa malawak na kaalamnan na iginawad sa akin ng ating Panginoon. Ang sarap ng pakiramdam na maging isang Pilipino.

PAGKILALA (ACKNOWLEDGEMENT)

* Tinatanaw ko ng malaking utang na loob ang lahat ng karunungan at kaalamnan na natamo ko mula sa ating Panginoon. Hinahandog ko ang librong ito, unang-una sa Kanya sa ibinigay Niyang dunong upang ibahagi ito sa sanlibutan.

* Kinikilala ko ang mga mahal ko sa buhay sa kanilang pagmamahal at suporta hindi lang sa pagkakataong ito, pati na ang lahat ng nailathala kong libro.

* Hinahangaan ko ang ating bayani na si Gat Jose P. Rizal ang nagpamulat sa atin ng kahalagahan ng pagmamahal sa sariling wika. Saludo kami sa inyo, aming bayani. Maraming salamat.

* Nagpapasalamat din ako sa pagiging Pilipino ko at ang wikang kinagisnan ko, na parang musika sa aking tainga, ang wikang Tagalog.

* Sa mga kababayan ko na hindi nakakalimot sa ating wika at ipinagmamalaki ang wikang Tagalog.

* Aking kinikilala ang mga "composer" nang orihinal na Tagalog at ang mga manganganta na tinatawag na "OPM" (Original Pilipino Music). Kayo ay kasama sa mga nagpapaunlad ng wikang Pilipino.

*Sa aking sister-in-CHRIST na si Marlene Ocampo na may magandang puso at kalooban sa aking mga pagsangguni ng ibat-ibang bagay gaya ng wikang Tagalog.

* Ang huli ngunit hindi bababa sa huli (last but not the least) aking kinikilala ang isang matalik na kaibigang malapit sa Diyos, butihing asawa at ina na hindi nakalilimot sa ating wika ang siyang nagbigay ng Unang Pamungad sa librong ito. Siya ay walang iba kundi si sister Helen Santos, ang kapatid ko kay Hesukristo.

*Sa aking kaklase nung "high school" na isa ring manunulat at naging kaibigan; ako ay nagpapasalamat sa pagbibigay niya ng Pangalawang Pamungad ng "Hay Naku Haiku". Siya ay si Professor Edilberto Espiritu.

ANG MAY AKDA (ABOUT THE AUTHOR)

Si Estrella "aka" Thea or Esther B. Jimenez, ay isang tunay na Pilipino, taga Maynila at sa Pilipinas siya ipinanganak.

Sa ngayon ay nakatira siya sa Estados Unidos, sa Amerika, sa Chicago, Illinois. Isa siyang "nurse" na nagtapos sa Marian College of Nursing nung taong 1970. Siya ay retirado na ngayon.

Ginugugol niya ang kanyang panahon sa pagsusulat ng libro at pagpipinta sa "canvass" ng mga "landscape", "sceneries", at ang kalikasan. Hindi lang sa canvass siya nakakapagpinta, pati na rin sa mga maliliit o malalaking bato, na pang dekorasyon at "paper weight". Kadalasan ay nagpupunta siya sa mga "art and craft show" para sa kanyang mga "paintings."

Siya ay miyembro ng "Author's Marketing Group" sa Illinois.

Nakatanggap siya ng "award" mula sa Editor's Choice Award nung August 2004 at January, 2008 na iginawad ng International Library of Poetry. Hinirang din siya na "Poet of the Year" mula sa International Society of Poets.

Kamakailan ay hinirang siya na isa sa "Most Outstanding Alumni" na iginawad nung Pebrero, 2019 sa ika 55 "High School Reunion"

Mahilig si Esther sa mga hayop at sa ngayon ay meron siyang alagang aso na ang pangalan ay Benjie, at meron ding mga pagong. Sa katunayan ay meron siyang limang pagong. Nagkaroon siya na Pagong na turuan na ang pangalan ay PONG. Si Esther ay miyembro ng "Chicago Turtle Club".

Sa pagmamahal niya kay PONG ay nakapaglathala siya ng libro na may pamagat na 202 Turtle Haiku at ito ay inaalay niya kay Pong (kuwento ito ng buhay niya.)

Gusto ko lang banggitin yung mga libro pa niya na kanyang nailathala.

1) 365 Days Food For Thoughts
2) Bible Tidbits
3) What's In My Heart Vol.I
4) What's In my Heart vol.II
5) Have Phun With Elefants
6) 202 Turtle Haiku
7) Deep Inner Thoughts
8) Gather Around The Table
9) Climb Up Way Up High

Itong Hay Naku! Haiku ay ang kanyang pang sampu.

Nakalinya na ang susunod niyang libro na ang pamagat ay "Parables Of My Own (101) For Us All".

Hindi pinabayaan ni Esther ang kanyang buhay "ispirituwal"

Naging "Eucharistic minister" siya at paminsan-minsan ay nag le "lector" siya. Ano man ang layunin ni Miss Esther B. Jimenez sa kanyang buhay ay lagi niyang pinapasa Diyos, maging ang pagpapasya niya sa araw-araw ng kanyang pamumuhay. Lagi siyang humingi ng gabay at direksyon sa bawat kilos niya sa ating "Holy Spirit". Ang "Holy Spirit" ay ang kanyang "Spiritual Director"

PANG-UNANG PAMUNGAD (FOREWORD)

Ni HELEN C. SANTOS

Mula sa sinabi ni Gat Jose Rizal, "Ang hindi magmahal sa sariling wika, daig pa ang hayop at malansang isda."

Ang wagas na katangian ni Esther ay ang kanyang pagmamahal sa ating Wikang Pambansa. Bagamat matagal na siyang naninirahan sa Amerika ay mababanaag pa rin ang kanyang totoong pagmamahal sa bansang sinilangan niya.

Nakilala ko si Esther noong naging miyembro ako ng Handmaids of the LORD sa Chicago, noong taong 1996. Siya ang namuno sa aming grupo sa pagdarasal at pananampalataya sa Panginoong Hesukristo. Noong mga panahon na yun aking napansin ang kanyang taos pusong pag-ibig sa mga iba't-ibang uri ng tao at sa pagpapahalaga niya sa kalikasan. Kaya masasabi ko na ang mga tula na isinulat niya dito sa aklat na "Hay Naku Haiku" ay hango sa mga karanasan niya sa buhay at ng mga obserbasyon niya sa kapaligiran. ang mga ito ay kanyang napupuna. Ang librong ito ay magandang sanggunian ng lahat ng mga tao. Maganda rin itong gamitin ng mga banyagang nais matuto ng wikang Pilipino at pati na ang mga kabataan na isinilang sa ibang bansa, gaya ng Amerika at iba pa.

Lubos ang paghanga ko sa galing at talino ni Esther sa pagbuo ng mga tulang ito na mapapatunayan ninyong lahat ay tuwid sa layunin at tema.

Ako ay laging nakangiti sa tuwing binabasa ko ang karamihan ng kanyang mga tula. Kaya maituturing din itong magbibigay ng aliw sa lahat ng taong makakabasa.

Hango na rin sa pahayag ng ating bayani Gat Jose Rizal, naniniwala ako na taos sa puso ni Esther na ipinagmamalaki ang wikang kinagisnan niya. At bagamat nanirahan siya ng matagal sa ibang bansa ay hindi pa rin niya nakalimutan ang mga pangaral at adhikain ng ating bansa. Isa siyang tunay na inspirasyon na puwedeng tularan ng mga iba't-ibang tao sa mundo.

HELEN CLAUDIO SANTOS

Helen Claudio Santos is a graduate at Polytechnic University of the Philippines with a degree of Bachelor in Accountancy. She currently works at a non-profit organization in Illinois as a Senior Accountant for fifteen years now.

She is a member of the Couples for CHRIST Community in Chicago, Illinois, where the Handmaids of the LORD is one of its family ministries.

She was born and raised in Bayambang, Pangasinan, Philippines and she is fluent in speaking Pangasinan's native language. She immigrated to Toronto, Canada in 1988 and moved to Chicago, Illinois, USA back in 1996, where she met the author Esther B. Jimenez as a member of Handmaids of the LORD.

She is married to Alex Santos and have 15 years old twin daughters.

Her experience in travelling to various parts of the world, discovering and learning about other countries' customs and culture, made her loyal advocate of promoting Filipino customs and traditions. She believes that Philippines has all its potential resources as compared to other countries and to become a very rich nation that can happen through sharing of wealth from the richest to the poorest.

PANGALAWANG PAMUNGAD (FOREWORD)

NI EDILBERTO ESPIRITU

Isang pagpupugay, kay ESTHER, manunulat at sa Haiku na kanyang isinulat ay isang pagbabalik tanaw sa kahapon na noon ay ang ganda at ang halaga ng panulaang Haiku at yun ay pinag-aaralan. Ito ay kasabay ng pag-usbong ng pang-unawa ang pagpapahalaga at pagmamahal sa Haikung panulaan.

Ituun natin ang tingin sa kasalukuyan. Narito ang isang manunulat na pinahalagahan ang nakaraan. Binigyan niya ng bagong bihis ang Haiku sa pamamagitan ng pagsulat niya nito sa wikang Pilipino. Noon sa wikang Ingles hinaharana ang puso. Ngayon ay mas maigting itong nadarama sa wikang Pilipinong pinagpala. Nauunawaan, humihimlay ang pangdama sa pusod ng pag-unawang dala ng wikang kinagisnan.

Ang Haiku ay lalong tumitiim, minamahal at nauuunawaan dahil ito ay isinulat sa lahing may puso; sa isang wikang higit na nadarama. Ang bagting ng musikang dulot ng mga tula ni ESTHER ay patunay na tulad ng isang awit, di kailangan ang mahabang linya upang madama ang nais isaad. Sa bawat paglalakbay, pihit at daloy ang tula ay maririnig ugnay sa pagbabago sa kahapon at ngayon.

Heto ang kaunting bahagi ko sa aklat na iyong isinulat. Nakakatuwa at nakatataba ng puso ang mga tulang ibinahagi mo, kaibigang ESTHER.. Hindi lang ito Haiku. Ang pagsulat mo sa ating wika ay isang pagpapadama ng pagpapahalaga at pagmamahal. Mabuhay ka! Salamat sa pagkakaibigang di pinabago ng panahon. Ang pagkakaibigang ito ay magpapatuloy sapagkat ito ay binuo at pinagtibay ng panahon, gaya ng Haiku na nasa wikang Pilipino, tagalog na tunay.

PROFESSOR EDILBERTO ESPIRITU, B E/MA

Edilberto "Ed" Espiritu is a retired instructor at University of the Philippines Integrated School.

Studied at University of the Philippines, Diliman.

A Graduate of Bachelor in Education/MA in Behavioral Sciences at Philippine Normal University.

Former Supervisor, Cultural Orientation Program for Indo-Chinese Refugees at International Catholic Migration Commission.

Ed goes back and forth in Manila and Los Angeles, California where he worked as Court Administrative Assistant at Los Angeles Superior Court; but permanently residing in Los Angeles, California.

He is working on his First Book entitled, "Jouney Of Life And Faith".

1) INTRODUKSYON

Hay Naku! Haiku!
Pamagat ng libro ko
Ating basahin

Ang tema nitong
Libro ay kahit ano
Para sa lahat

Meron pang hayop
Gaya ng pagong, tsonggo
At elepante

Kasama na rin
Ang aso, pusa, bibe
Kabayo't kambing

Kalabaw, ba'ka
Palaka, paru-paro
At marami pa

Merong pito pa
Ang hindi naisama
Yung baboy, tandang

At ang kuneho
Pati leon at tigre
Dyirap at kuwago

Humabol pa rin
Si kulubot, buwaya
At umekstra pa

Yung iba wala
Pero meron lugar pa
Sige lang hintay

Itong Haiku ay
Para sa iba't-ibang
Hayop at bagay

Nakalilibang
Lima, pito, lima ang
Ganitong tula

'Yan ang estilo
Ang tula mula bansang
Hapon, ang Haiku

Mabuhay! Haiku
Makatang manunulat
Pag-aralan 'to

2) PASUKAN NA BA?

Abala sila
Dahil sa pasukan na
Lapis at papel

K'waderno, libro
Bag, baunan, krayola
Pasok na tayo

Magandang aral
Sa kantang makabayan
Bansang Awitin

'To'y tangkilikin
Panatang makabayan
Ating wikain

Pila-pila na
Sa kanya-kanyang guro
Matututo na

Ang pag-aaral
Ay ang dunong at yaman
Pang habang buhay

'Tong pasukan na
Ay panibagong yugto
Buhay aral lang

Palaging handa
Mag-aral ay di biro
Dapat seryoso

Ang mag-aaral
Guro at paaralan
'Yan ang pasukan

3) UGALING TUNAY

Umpisa pa lang
Nakilala kang tunay
Ugaling ginto

Ang iyong taglay
Ay napatunayan ko
Ugali'y pino

Sino ba siya?
Isang mabuting tao
Budhi'y malinis

May respeto s'ya
Maalalahanin at
Mapagbigay pa

Siya'y matulungin
Sa magulang, kapatid
At sa akin din

Laging may ngiti
Walang lugar ang lungkot
Masayahin s'ya

Ulirang tao
Itong kaibigan ko
Saludo ako.

Ano mang bagay
Maaasahan siya
Matibay itong

Samahan namin
Kaibigan s'yang tunay
S'ya na talaga

Ang may ugaling
Tunay, tapat, marangal
Kahanga-hanga

4) KAIBIGAN TALAGA

Marami sila
Tinatangi ang iba
Kasama ka ba?

Maraming klase
Ang pagkakaibigan
'To'y isang yaman

Ang kahulugan
Nang tunay na hinirang
Na kaibigan

Masusubukan
Ang katapatan nila
Sa kagipitan

Handa palagi
Sa anumang hinaing
Bayaning turing

Tulong ginawad
Taos puso ang pakay
Nitong kabagang

Walang kapalit
Ang tulong na binigay
Ehemplong tunay

Magandang asal
Dapat itong tularan
Huwarang tao

Salamat sa 'yo
Kaibigan, salamat
Pangimoon, at

Mabuhay! Itong
Pagkakaibigan na
Tunay at wagas.

5) ULIRANG INA

Ulirang Ina
Kagalang-galang kayo
Sa aming puso

Nakatatak na
Pagmamahal na tunay
Sa aming puso

Inalagaan
Mula sa loob ng t'yan
Sinapupunan

Dala-dala ka
Sa loob ng s'yam na b'wan
At iningatan

Sa 'yong paglaki
Ikaw ay natutukan
Sa daang tuwid

Sa 'yong pagtulog
Ikaw ay binantayan
Inang dakila

Nasubaybayan
Hanggang sa paglaki mo
Inang bayani

Ang pagtatanggol
Kanyang inako na rin
Inay, mahal ko

Ang pakay mo 'nay
Ang lumaking mahusay
Ang buhay namin

Inay puso mo'y
Magiting at dalisay
Mabuting nanay

'Tong tulang ito
Ay aking hinahandog
Sa inang irog.

Mabuhay! Kayo
Aming tunay na Inay
Tunay na mahal

6) ASONG BANTAY

Kaibigan ba?
Ang turing sa kanila?
Isang matapat

Isang alaga
Taga-bantay na tunay
Subok ang tapang

Gising magdamag
Alisto sa paligid
Isang bayani

Huwarang bantay
Sa among kanyang mahal
Sino ba ito?

Ating mahalin
Mga hayop na turing
Karapatan din

Nang isang aso
Ang katulad ni Bantay
Dito sa mundo

Sa puso namin
Ikaw ay mamahalin
Bayaning giliw

Salamat Bantay
Sa iyong pagbabantay
Mabuhay! Bantay!

7) MAHARLIKANG PUSA

Ang sabi nila
Mapag-obserba sila
At matahimik

S'ya'y isang pusa
Hitsurang maharlika
M'yaw, ikaw ba 'yan?

Malaro siya
Ang sinulid na bola
Paborito n'ya

Boksing ang gusto
Suntok kaliwa't kanan
Husay magboksing

Pusang malambing
Pero kuko'y matalim
Ingat sa kalmot

Maraming uri
At magagandang lahi
Nakaaaliw

Maging mabait
Tayo sa mga Hayop
Biyaya ng Dios

Alagang pusa
Malusog at mataba
Ingat sa hika

Heto na si M'yaw
Humihingi ng sabaw
Sige, bigyan na

Tapos ang k'wento
Ng pusang mataba, m'yaw
Salamat pusa

8) PONG-PAGONG

Mabagal sila
Sa paglakad at kilos
Pero matyaga

May dalang bigat
Sa likod di maangat
Pero malakas

Sino ba sila?
Magagandang nilalang
Pagong ang bida

May mga pagong
Akong alaga dito
Masaya kami

Paborito ko
Ang isa rito, si Pong
Masayang buhay

Sa katunayan
May nilathalang libro
Para 'to kay Pong

Haiku ang pormat
Buhay ni Pong ang tema
Inyong basahin

Maraming aral
Ang makukuha rito
Sa mga pagong

Isa na dito
Ang mahabang pasensya
At marami pa

Huwag magmalupit
Sa pagong na mabait
Kahit makulit

Pong, aking Pagong
Salamat sa panahon
Mahal kita, Pong

Malungkot kami
Alaala mo na lang
Nagugunita

Ibang klase ka
Naturuan ka naming
Sumunod, sayaw

Matalino ka
Kahanga-hangang pagong
"Miss" na kita, Pong.

9) ELEPANTENG EMOSYONAL

Nilalang ng Dios
Ang isang katulad mo
Dito sa mundo

Ang kasabay mo
Pares-pares sa arko
Arko ni Noah

'Tong elepante
Isang malaking hayop
Importante s'ya

Bansang Aprika
Asiana, India, dito
Laganap sila

Ang elepante
Ay marunong tumulong
Sa pag la-"logging"

Nagaganap 'to
Sa Bansang Thailand, merong
Nagtuturo dun

May paaralan
Para sa elepante
Pangkabuhayan

Kanilang lahi
Paunti at paubos
Nililimas 'to

Ng mangdarambong
Poachers) sa Ingles, pakay
Dalawang sungay

Nang elepante
Pinagkakakitaan
Tigilan sana

Ang elepante
Emosyonal na tunay
Pag namatayan

Sila'y damayan
Umiiyak ang puso
Mata ay mugto

Malaking hayop
Pero puso'y malambot
May aral dito

Ating igalang
Elepanteng nilalang
Nang di maglaho

10) ANG UNGGOY, TSONGGO O ANG MATSING

Kawangis tao
Makatao ang tindig
Hilig ngumiti

Sino ba sila?
Anong tawag sa inyo?
Unggoy o tsonggo?

Napapasaya
Ang madla't mga bata
Kagalak-galak

Tatalon-talon
At nagbabaging-baging
Aakyat-akyat

Bukod sa unggoy
Meron pang isang tawag
'To'y matsing, di ba?

Tatlo na sila
Unggoy, tsonggo at matsing
Masasayahin

Tatlong nilalang
Na mahilig sa saging
Iisang lahi

Sa zoo at sirkus
Doon sila'y masaya't
Napapanood

Ang Inang matsing
Ay malambing sa supling
Bigyan ng saging

Ating tandaan
Tsonggo, Unggoy at matsing
Parang tao rin

Iisang lahi
Pero tatlo ang tawag
Huwag magkamali

Ang tatlong ito
Ating dapat galangin
At huwag tuksuhin

Kapag nagalit
Sila ay mananakit
Mahalin sila

11) HARING KUWAGO

Hoot! Hoot! Maingay
Sa gabing matahimik
S'ya lang ang gising

Bilog ang buwan
Ang iyong mga mata
Ay mabilog din

Ang mata nila
Matalim at mabagsik
Matang mailap

Ang katatagan
Matipunong katawan
K'wagong magiting

Kuwagong ibon
'Sang makapangyarihan
Bantay sa gabi

'Kaw ay simbulo
Taglay mo'y karunungan
'kaw ay idolo

Kapag ang tao
Sa mata nakatingin
Gandang senyales

Isang modelo
Ang magiting na k'wago
Ibong marangal

Ating igalang
Itong k'wagong matikas
Mabuhay! Hoot! Hoot!

12) TANDANG- TANDA KO PA

Ang pagtilaok
Ay tanda ng pagbati
Sa buong mundo

Ang katapatan
Ay isa sa simbulo
Ng listong tandang

Ang kalakasan
Simbulo rin ng tandang
O tilaok na

O haring Tandang
Salamat sa umaga
Sa bagong araw

Sa tatlong beses
Tumilaok ang tandang
Hindi umamin

'To'y nasa Biblia
Si San Pedro ang bida
Umamin ba s'ya?

Magmula ngayon
Ating pahalagahan
Saysay ng tanong

Ang panawagan
Sa mga magsasabong
Dahan-dahan lang

Masamang bisyo
Dapat ipagbawal na
Ang pagsasabong

Ating galangin
kanilang karapatang
Hindi masaktan

Paramihin ang
Manok para dumami
Ang mga itlog

Sabi ng tandang
"Tandang-tanda ko pa sa
Sikat ng araw

Aking tilaok
Ang nangingibabaw sa
Kapaligiran."

Kung walang tandang
Mahina ang manukan
Mabuhay! Tandang!

13) PAGSULPOT NG BUWAN

Maliwanag ba?
Nagniningning bituin
Ulap madilim

Umiikot ba?
Pakiramdam mo lang 'yan
At ano nga ba?

Si Buwan, s'ya nga
O Buwang maliwanag
Ningning ang hangad

Isang lugar lang
Ang kinatatayuan
Nang nasabing b'wan

Maraming klase
Ang buwan na maliwanag
Bilog kung minsan

Repleksyon ng b'wan
Ay malayo ang tanaw
Buhay ay linaw

Ang sabi nila
Kapag bilog ang buwan
Nag-iiba rin

Ang katinuan
Pero ito ay isang
Kasabihan lang

Positibo lang
Sa pagtahak ng buhay
B'wan ay simbolo

Nang liwanag sa
Kadiliman ng buhay
Linaw- pag-asa

Bigyang magandang
Kahulugan ang buwan
Gabay sa dilim

Salamat sa Dios
Sa liwanag ng buwan
'To'y mundong ilaw!

14) "FROGGY" AT PONG

Patalon-talon
Kokak! Lunok ng lunok
Hakbang na! Froggy

'Di ko Makita
Kulay berde ka, damo?
Hunyango ka ba?

May nakakita
Sa 'yong pagtalon, si Pong
'Yong kaibigan

Sa likod ni Pong
Doon ka natagpuan
Libre ang sakay

Silang dalawa
Ay laging magkasama
Palaka, pagong

Kokak! Aray ko!
Masaklap isipin'to
Laboratoryo!

Isang palaka
Ay ineksperimento
Kawawa naman

Sana, iwasan
Gamitin ang palaka
Talagang ganun

Froggy, bilin ko
Huwag ka na lang pahuli
Magtago ka ha?

Sa mundong ito
Makipagsapalaran
Kokak! Sige lang

Masusubukan
Pong-Pagong, Froggy kokak!
Magkaibigan!

15) GIRIYAP! HORSEY!

Giriyap! Horsey!
Mabilis tumakbo 'to
Kabayo siya

Ang mga bata
Hilig pumunta sa Zoo
Para sa "pony"

Gustong sumakay
Sa kabayo, ingat lang
Wala yang preno

Ang mayayaman
Kayang-kayang bumiling
Magandang "pony"

May isang bagay
Na dapat n'yong malaman
Pangangarera

Pangangarera
Ay isang bisyong uso
Konting kontrol lang

Ang mahalaga
Huwag abusuhin sila
'Wag saktan, p'wede?

May pakinabang
Sa 'ting pangkabuhayan
Ano? kutsero?

Ating mahalin
Mga nilalang ng Dios
Sa 'ting paligid

Giriyap! Horsey
Ang kabayong maliksi
Heto na kami

16) KUNEHO NI FERDINAND

Kembot ng nguso
Singhot at ngumunguya
Karot sa bibig

Nasa kulungan
Alaga ni Ferdinand
Marami sila

May mga puti
Meron ding kayumanggi
Tenga mahaba

At may maigsi
May mga pangalan din
Kuneho sila

'Tong si Ferdinand
Ay isang kaibigan
Sa totoo lang

Siya'y may alagang
Kunehong maganda sa
Tunay na buhay

Damo at karot
Ay pagkaing malusog
Masustansya pa

Nakaaaliw
Pag nakikita sila
Parang sa sirkus

Eksperimento
Sa kuneho, tigil na
Nakahahabag

Talagang ganun
Ang buhay sa mundong 'to
Buhay kuneho

Palukso- lukso
Alaga ni Ferdinand
Kunehong tunay

Malaking tulong
Itong mga kuneho
Ni Mang Ferdinand

Libangan na rin
At dibersyon sa buhay
Masayang tingnan

Ang kuneho ay
Parang bibe, mabilis
Itong dumami

Ang kuneho ay
Sadyang napakarami
Pwede rin itong

Gawing negosyo
Huwag lang silang sasaktan
Sila ay meron

Ding karapatang
Mabuhay sa mundong 'to
Pantay-pantay lang

Ito ang buhay
Sa ibabaw ng mundo
Pagmamahalan

17) HARI NG GUBAT

Hari ng gubat
Buhaghag ang buhok mo
Pangil ang haba

Balingkinitan
Ang nasabing katawan
Ang sigaw mo "rowr"

Lakad mo seksi
Pero pag takbo grabe
Hala! Ang bilis

Maraming taon
Nakaraan, Melvin Jones
Ang 'yung pangalan

Ikaw ay leon
'Wag ka nang magkaila
Ako ay pusa

Kalahi ka ba?
M'yaw ako, ikaw ay rowr
Easy ka lang ha

Huwag manakmal
Kalmot lang ang kaya ko
Magkaibigan

'Kaw ay simbulo
Nang sigasig at tapang
Kahanga-hanga

Payo sa lahat
Distansya lang amigo
Katahimikan

Walang iringan
Hari ng kagubatan
Makisama lang

S'ya ay igalang
S'ya'y makapangyarihan
Isa s'yang hari

Sa gubat siya ang
Nasusunod, marunong
S'yang makisama

Sa lugar nila
Ay merong patakaran
Ang 'wag manakit

18) GUHIT NG TIGRE

Guhit sa balat
Kahel ang iyong kulay
Sino ba ito?

Kalahi mo ba?
Itong haring gubat na
Iyong kahawig

Tigre at leon
Ugali nyo'y pareho
May pagkabagsik

Lakad mo'y swabe
Maganda kang nilalang
Guhit at batik

Mabagsik ka man
Maingat naman kami
Patas lang tayo

Takot man kami
Sa iyong kinikilos
Layo lang dapat

Babala sa 'tin
Bawal tuksuhin sila
Tama naman 'to

Minsan ang tigre
Ay parang nakangiti
Tawa naman d'yan

Mabagsik sila
Paano mapaamo
Ang isang tigre?

Tigre sa sirkus
Medyo nadisiplina
At kalmado na

'Wag abusuhin
Ang pagtrato sa tigre
Pamilya sila

Merong damdamin
At marunong masaktan
Tigre, ingat lang

Tigreng may guhit
Ikaw pa rin ang target
O "beauty rest" na

Salamat sa n'yo
Isa ka sa nilikha
Dito sa mundo

19) ANG MASAGANANG BABOY

Mahirap ito
Magsulat tungkol sa 'yo
'Kaw ay pagkain

Kailangan kong
Magsabi tungkol sa 'yo
'Toy mahalaga

Inalagaan
Nang maraming panahon
May pakinabang

Ang pagkain mo
Tira-tira ng tao
'Toy kaning baboy

Baboy ka nga ba?
Masarap kang kainin
Paborito ka

Hindi mabilang
Ang lutong galing sa 'yo
'Kaw ay espesyal

Itinalaga
'To sa mundong ibabaw
May pakinabang

Sa ibang bansa
Ipinagbabawal ka
Anong dahilan?

Ang dahilan ay
Paggalang sa relihiyon
Maging magalang

'Kaw ay simbulo
Nang sagana at yabong
'Toy kayamanan

Oink! Oink! Ang sigaw
Pagbati ng magalang
Hinaing tunay

Salamat sa n'yo
Mga baboy na turing
Mabuhay kayo

Mundo ng baboy
Ay mailap sa tao
Ayaw pahuli

Maraming tao
Ang nag-aalaga nang
Baboy, negosyo

Bawat nilalang
Ay may kalulugaran
'Toy kapalaran

Kung ang iba ay
Merong aso at pusa
Meron ding baboy

Salamat sa n'yo
Mapagmahal sa hayop
Ako'y saludo

20) KALABAW- PAMBANSANG HAYOP

Kulay abo ka
May dalawa kang sungay
Malaking bu'las

May kasipagan
Matulungin sa bukid
Nag-aararo

Ang magbubukid
Umaasa sa inyo
Tanging ikaw lang

Walang masabi
Sa pagtatrabaho mo
Saludo kami

Ang kasama mo
Ay isang magbubukid
'toy kaibigan

Umaga palang
Ay nakahanda ka na
Sa paggagatas

Sustansyang tunay
Ang makukuha sa 'yo
At kalusugan

Pambansang hayop
Ang kalabaw, matikas
Isang modelo

Nang dahil sa 'yo
Maraming napaaral
Huwarang hayop

Nasa putikan
Tagtuyot at tag-ulan
Anihan na ba?

Salamat naman
Sa 'ting mga kalabaw
Mabuhay! Tunay

21) MALIKSING- KAMBING

Nguya ng nguya
Damo ay paborito
Balbas sarado

Sino ba ito?
Mehee! Alam mo na ba?
Kambing ang bida

Maraming kulay
Maraming klase sila
Masayang tingnan

Asal maganda
'Sang palakaibigan
Hilig ngumuya

Malaking tulong
Sa 'ting pangkabuhayan
Gatas at keso

Ang mga kambing
Ay mga masunurin
Intelehente

Talon ng talon
'Toy malapit sa balon
'Toy walang alon

Hilig tumayo
Malapit sa may puno
Mapang-usisa

Mahiyain daw
Pero maunawain
Hay! Buhay kambing

Sigaw sa ina
Mehee! Nasaan ka 'nay?
'Yan ang koneksyon

Ating mahalin
Mga nilikhang kambing
Mabuhay kayo!

22) BA'KA SA RANCHO

"Ba'ka sakali"
'To ang nasasabi pag
'Di sigurado

Apat ang paa
Maghulaan tayo ha?
Ba'ka ba ito?

Hulaan mo pa
'Wag magbakasakali
Baah! Ang sigaw n'ya

Eh di ba'ka nga!
Nakawala sa bukid
Agad tinali

Balat ng ba'ka
May batik na puti at
Meron din itim

Ba'ka, kalabaw
Kambing, may gatas sila?
'Toy masustansya

Sa Amerika
May isang lugar na may
Rancho ng ba'ka

Maraming keso
Dito sa lugar na 'to
Galing sa ba'ka

Gaya ng baboy
Gamit din sa pagkain
Ang ba'kang turing

Maraming silbi
'Tong ba'ka, nagbibigay
Nang karne't gatas

Talagang ganun
Ang buhay ng ba'ka ay
Pahalagahan

Sa mundong ito
Kanya-kanyang diskarte
Magbigayan lang

Pagmamahalan
Bigay ng Panginoon
Mabuhay lahat!

23) ANG PARU-PARO

Hindi s'ya ibon
Pero s'ya ay may batik
Gandang disenyo

Saranggola ba?
Mababa ang lipad niya
Ano ba ito?

Lumilipad s'ya
At maraming klase 'to
Maraming kulay

Nakamamangha!
Ang mga kulay nila
Magandang lahi

May maliliit
At merong malalaki
Anghel ang lipad

Pak-pak malambot
Pareho ang disenyo
Nilang dalawa

Alam na ba n'yo?
Kung anong pangalan n'ya
Paru-paro 'yan

Sang-ayon kayo?
Na ang paru-paro ay
Parang Diwata

Ang paru-paro
Ay maamong insekto
At sensitibo

May paru-parong
Malaki, Mariposa
Ang kanyang uri

Ang paru-paro
May sariling sanktuwaryo
'toy matahimik

Kapag dumapo
Ang mga paru-paro
Sa bulaklak ay

'sang pakumbaba
Isang asal na dapat
Nating tularan

Magpakumbaba
Alang-alang sa ating
Katahimikan

Salamat sa n'yo
Magandang paru-paro
Mabuhay kayo!

24) ANG BIBE

Pakembot –kembot
Maglakad silang lahat
At maingay pa

Dilaw ang kulay
Pag sila'y maliit pa
Hilig lumangoy

Sila'y marami
Makikita kahit sa'n
Ina at anak

K'wak! K'wak! Ang sigaw
At sila'y nag-uusap
Nagdiriwang pa

'Toy mga Bibe
Sila ay marami at
Kuyog ang dating

Maraming tulong
Ang naibibigay nang
Bibe at pato

Pag walang bibe
Wala rin tayong balut
Kahit na penoy

Bawat nilalang
Ay may kahalagahan
Pantay-pantay lang

Ang ibang klase
Nang bibe ay itik at
Pato, kwak! Kwak! lang

Sa Amerika
Napakaraming bibe
Tawid ng tawid

Ang mga bibe
Ay magaling na lider
May nauuna

At sumusunod
Sa kanilang paglipad
Makikita ang

Hugis na letrang
"V" dun sa himpapawid
Ang pamumuno

Inyong pansinin
Sa paglalakad nila
May nauuna

Sa tao man o
Sa hayop, kailangan
May namumuno

'Tong mga bibe
Ay isang halimbawa
Sa kagitingan

At katatagan
Kaya tayo ay maging
Mabuting lider

25) DYIRAP (GIRAFFE) MATANGKAD

Kakaiba ka
Mahaba yung leeg mo
Pati na binti

Sa buong mundo
May pinakamahabang
Biyas ang dyirap

Biyas mahaba
Lagi kang nakatindig
Dyirap matangkad

Kayumanggi ka
Ang 'yong balat ay batik
Kakaiba ka

Wala sa atin
Hindi pangkaraniwan
Sa Aprika lang

Sa zoo lang natin
Makikita ang dyirap
Konti lang sila

May kakaibang
Paraan kung paano
Sila manganak?

Ito'y totoo
Kung manganak ang dyirap
Ay nakatayo

Hindi uupo
'Tong nilalang na ito
Nakatayo lang

Ang kawayan lang
Ang katapat ng dyirap
Sa katangkaran

Ang mga dyirap
Ay gustong panoorin
Nang mga bata

Dyirap salamat
Sa iyong kakaibang
Kaanyuhan at

Kaugalian
Tanggap mo ang 'yong buhay
At katayuan

Kaya matangkad
Man o mahaba pantay-
Pantay ang lahat

Sa mundong ito
Ang pinakamabuti
Mong gawin ay ang

Patangkarin ang
Layunin, katulad ng
Dyirap! Mabuhay!

26) ANG MAGSASAKA AT ANG BUKID

Ang lupang tigang
Sagabal sa paglago
Sayang ang binhi

Anumang binhi
Punla sa lupang basa
'to'y lalago rin

Tagtuyot man o
Tag-ulan, lupa'y dapat
Nating punlaan

Sinong bayani
Nitong kasaganaang
Pagkain natin?

Ang magsasaka'y
Ugat ng kasipagan
S'ya'y matulungin

Sipag at t'yaga
Tanging puhunan nila
Anihan na ba?

Kilalanin ang
Tanging magsasasaka at
Pasalamatan

Napag-aral mo
Ang iyong mga anak
Sa pawis nitong

Pagsasakahan
Hindi pangkaraniwan
Bukid ang buhay

Saludo kami
Sa mga magsasaka
Hari ng bukid

Salamat sa n'yo
Magiting magbubukid
At magsasaka

Mabuhay! Bukid
Mabuhay! Magsasaka
Mag-aani na

27) HARI NG KULUBOT

Ampalaya ba?
Hindi naman s'ya berde
Pero kulubot

Bakit hari s'ya?
Mahaba at may buntot
Buwaya pala

Ayoko sanang
Magsulat tungkol sa 'yo
Maraming takot

Ang gagawin ko
Ay kikilatisin ka
Tahimik ka lang

Balat magaspang
Mga mata ay luwa
Mukha'y mahaba

Maraming ngipin
At matatalas, pati
Bunganga, sobrang

Laki, para 'tong
K'weba, buntot mahaba
Panghambalos na

Parang batuta
Mabilis gumapang sa
Tubig at lupa

Sa totoo lang
Ayokong may masaktan
Konting ingat lang

Taong masama
Meron masamang balak
Gawin kang handbag,

Sapatos na rin
Umiwas ka na lang sa
Mga taong 'yan

Nilikha ka rin
At may karapatan ka
Ingat! Buwaya

28) ANG KALIKASAN

Bago nilikha
Mga tao sa mundo
Dilim-liwanag

Lupa at langit
Una sa 'ting paligid
Masaya ang Dios

Sa unang likha
Nilalang na may buhay
At kalikasan

Malayong tanaw
Sa dilim ay may linaw
Bituin at b'wan

Salamat na lang
Sa mga kalikasan
Pati na rin ang

Sikat ng araw
Punong mayabong, lahat
Nang ito'y Diyos

Lang ang lumikha
Ating pahalagahan
Ating mahalin

Ang kalikasan
Ay di lang araw at b'wan
Bituin na rin

Ang hayop sa 'ting
Kapaligiran ating
Pahalagahan

Ang kalikasan
Sa kapaligiran ay
Dapat igalang

Ang dapat gawin
Ang basura ay dapat
Sa tamang lugar

Mundo'y mayaman
Sa kalikasan, ito'y
Kahanga-hanga

Pahalagahan
Galangin ang nilikha
Nang Panginoon

29) ANGHEL DELA GUWARDIYA

Ang ating bantay
Hindi siya nakikita
Nararamdaman

Ang kabutihan
Galing sa pusong tunay
Ipagpatuloy

Panatiliin
Itong katahimikan
Dito sa mundo

Ang bawat tao
Ay may sariling guard'ya
Anghel, talaga

May lumiligtas
Sa ating lahat dito
Paniwalaan

Mabait itong
Anghel dito sa lupa
Sumusubaybay

Anghel sa Bibl'ya
Ay laging binabanggit
'Sang mensahero

Nagpapakita
Minsan sa panaginip
Personal minsan

May mga apat
Na pangunahing anghel
Pagala-gala

Sila ay sina
Gabriel, Miguel, Rafael,
At anghel Uriel

Dito sa mundo
May taga-bantay tayo
Tunay na anghel

Anghel, ingat din
Kailangan ka namin
Sa aming puso

30) PANTASYA- PARAISO

Ang Paraiso
Ito ba ay totoo?
O Kathang isip

Ating gamitin
Ating imahinasyon
Sa 'Ting paligid

Sa harding Eden
Lugar nina Eba at
Adan, malawak

Sa panahong 'to
Meron bang paraiso?
Nasaan kaya?

Tingnan nga natin
Ano ba ang hitsura
Nang paraiso?

Maaliwalas?
Makulay ang paligid?
At mabango ba?

'To'y mabulaklak
May ibong humuhuni
Mayabong puno

'To ba'y magubat?
Mala hardin ang dating?
Di malantahin?

Agos ng tubig
Maganda sa pandinig
Parang 'sang himig

Ang paru-paro
Pati na ang bubuyog
Umaaligid

'To ba'y totoong
Paraiso, imbento?
Imahinasyon?

Parang totoo
Kapanipaniwala
Malapantasya

Ang kalikasan
Ay makatotohanan
Sa puso't diwa

Ang paraiso
Ay nasa ating puso
Biyayang tunay

31) BUHAY NA MATAHIMIK

Yugto ng buhay
Sa ibabaw ng mundo
Paiba-iba

Pakay ng tao
Walang nakababatid
Kunsens'ya lamang

Ang paggawa nang
Kabutihan ay galing
Sa pusong dangal

Mabuti man o
Masama, mamili ka
Tahak ng buhay

Nasa 'yong kamay
Maiksi lang ang buhay
Pahalagahan

May nakaraan
May haharapin pero
Ang mahalaga

Kasalukuyan
Ituwid ang landas mo
Ang dapat gawin

Kahit ano man
Ang mangyari sa atin
Ang dasal pa rin

Ang mananaig
Basta ang panalangin
Ay mataimtim

Laging isipin
Positibo palagi
Para magwagi

Maraming bagay
Na dapat pag-usapan
Sa kaunlaran

Isa rito ang
Matulungin, magalang,
Mapagpasens'ya

Alam ng tao
Ang kahihitnan kapag
Landas ay ligaw

Tuwid na landas
Ating tahakin hindi
Ka magsisisi

Katahimikan
Ito ang hangad natin
Iwas sa gulo

Itawa na lang
Ang naturing problema
Talagang ganun

Ganun talaga
Pero mas mabuti na
Ang pagdarasal

Katahimikan
Nakikita sa linaw
Nitong isipan

Ang matahimik
Na buhay ay katumbas
Ng abang dasal

32) SAMPUNG- SAGING

Mga daliri
Maging lima o sampu
Kawangki'y saging

Saging galing sa
Iba't-ibang Bansa at
Maraming klase

Maraming gamit
Ang saging sa katawan
Una, "potassium"

At bitamina
Pati na rin ang "sodium"
Masustansya pa

Matatagpuan
Ang saging sa mainit
At matropikal

Sa daming klase
Ng saging ay maraming
Klaseng luto rin

Sinong nilalang
Ang mahilig sa saging
Isa siyang matsing

Saging sa atin
Dapat ipagmalaki
Mayabong lupa

Saging na saba,
Lakatan, latundan at
Ang senyorita

Sila ay mga
Saging, ang mahalagang
Prutas ng bayan

Salamat saging
Sa aming pagkain at
'tong panghimagas

Pamutat ay "appetizer" sa Ingles
Panghimagas ay dessert sa Ingles

33) BUKO- N'YOG

Hindi perpekto
Ang pagkabilog nila
Pero makintab

Ang berdeng balat
Ang loob ay matigas
At merong sabaw

Ito ay niyog
Maraming pakinabang
Sa punong ito

Pag mura pa, ang
Tawag dito ay buko
Sa pagtanda'y n'yog

Walang sayang sa
Koprahan at kan'yugan
Maraming gamit

Ang pang himagas
Matamis na bao at
Bukayo na rin

Gamit pang iba
Merong walis ting-ting pa
Langis at bunot

May pakinabang
Walang maaaksaya
Sa puno ng n'yog

Dahon, palaspas
At alkansiya, sa bao
Pwede ring sandok

Kalalabasan
Nang kamay malikhain
Ay marami pa

'To'y tangkilikin
Ang matipunong puno
Makakatulong

Sa kabuhayan
Padamihin ang tanim
Natin sa bayan

Buko o niyog
Pakinabang malaki
Pangkabuhayan

34) TAMA NA ANG PAMBUBULI

Paano natin
Matutulungan itong
Mga biktima

Nang pambubuli?
Nakakaawa kapag
Sila'y biktima

Heto ang ibang
Solusyon d'yan sa buli
Umiwas muna

'Wag n'yong patulan
Maayos na sabihin
Ang,"Tigil na 'yan"

'Wag katakutan
Ang magsumbong sa guro
O sa magulang

Huwag patulan
Ang nanunukso, 'wag din
Makikitukso

'Wag ding hayaan
Na kayo ay masaktan
Nang pisikalan (Physical)

Ang importante
Meron ng batas laban
Sa pambubuli

'Wag ng matakot
May kalulugaran na
Ang mga ito

Sa kapit-bahay
O sa eskuwelahan man
Bawal mambuli

Mga magulang
Laging bantayan sila
At subaybayan

Maganda sana
Ay walang mambubuli
Katahimikan

35) KAIBIGANG- KAMATAYAN

Natatakot ka?
Hindi maintindihan
Ang pakiramdam

Hindi mo hawak
Ang 'yong buhay na taglay
Hiram lang ito

Kamatayan ba?
Ang kinatatakutan?
Natural lang 'yan

Ito ang sabi
Ng karamihan sa 'tin
"Di ko pa oras"

'Wag katakutan
Ang kakambal ng buhay
Una-una lang

Lagi ng handa
Paghandaan natin 'to
Isipin natin

Na araw-araw
Ay ating huling araw
Para malaman

Ang magagawang
Kabutihan, isa 'to
Sa paghahanda

Pag-aralan ang
Buhay na may kalidad
Tuparin ito

Pag may kalidad
Ang buhay walang puwang
Para matakot

Dahil palaging
Maiisip natin ang
Ang magandang buhay

Kung sasabayan
Natin ng pananalig
At ng pag-asa

Mawawala ang
Takot sa kamatayan
Kaibiganin

Si kamatayan
Ng hindi na matakot
Dasal tayo ha?

36) KAGANDAHANG-ASAL

Mano po inay
Mano po itay, isang
Kaugalian

Pagsasalita
Nang "po" at "ho" ay bilang
Respetong tunay

Ang pag-alalay
Sa mga babae at
Nakatatanda

'To'y gandang asal
Pakitang maginoo
Isang paggalang

Sa kabataan
Maging sa merong edad
Pangkalahatan

Pagbibigay ng
Upuan sa sasakyan
'To'y 'sang paggalang

Ang halimbawa
Na makaluma ay ang
Pagtawid-tawid

Matanda man o
Bata, kung hinihingi
Nitong tadhana

Tulungan dapat
Ang nangangailangan
Gandang ugali

Isa sa gandang
Ugali ng tao ay
Ang kawang- gawa

Ang gintong aral
Ay ang magandang asal
Yaman at dangal

37) BUHAY NG ISANG PINTOR

Blanko ang lona
Puti na naghihintay
Sa kulay bughaw

Ang paggamit ng
Brotsa para sa lona
At puting kanbas

Ay gamit para
Pagpinta sa ganda ng
'Ting kalikasan

Malawak, sining
Imahinasyon, gamit
Para mabuo

Isang imahen
Ng magandang tanawin
Ang inspirasyon

Ang pintura ay
Nagbibigay ng kulay
Pati ng buhay

Masdan ang puno
Liwanag ng b'wan, sikat
ng araw, alon

sa dagat, tulis
ng bundok, mga hayop
Sa 'ting paligid

Ito ang dapat
Nakapinta sa kanbas
Ang kalikasan

Ang pagpipinta
Binibigyan ng buhay
Nang isang pintor

Lahat ng pinta
Ay may saysay at meron
Ding kaugnayan

Sa katauhan
At sa mundong ibabaw
Iyan ang buhay

Nang isang pintor
Makulay, mahiwaga
Tunay na sining

LONA is canvass
BROTSA is paint brush

38) PAGMAMAHAL SA WIKA

Marunong ka bang
Magmahal sa sariling
Wika? Mabuti!

Salawikain:
"Daig pa ng hayop at
Malansang isda

Ang 'di marunong
Magmahal sa sariling
Wika", tama ba?

Hindi ka hayop
Hindi ka rin malansang
Isda, mabuti

Ang katapatan
Sa wika natin merong
Patutunguhan

Ipinanganak
Ka tagalog ang iyak
"Tahan na" wika

Ni nanay sa 'yo
At hindi "Don't cry", di ba?
Magtapatan lang

Napakasarap
Marunong magsalita
Ng ating wika

Kaya sa inyong
Mga magulang, kahit
Sa ibang bansa

Kayo tumira
Huwag kalilimutan
Turuan silang

Magsalita ng
Ating wikang, tagalog
Mahalin natin

Isang dahilan
Na ang libro ko ay sa
Tagalog, mahal

Ko ang wikang 'to
Lagi kong binabasa
Ng malakas 'tong

Haikung libro ko
Ang sarap pakinggan 'to
Wikang Tagalog

Kaya dapat ay
Marunong magmahal sa
Sariling wika

Mas magaling ka
Sa hayop at hindi ka
Malansang isda

Mahalin natin
Ang sariling atin at
Sariling wika

39) KOMUNIKASYON

Isang bibig at
Dalawang tenga gamit
Sa pag-uusap

Ating gamitin
Ang ibinigay ng Dios
Sa tama lamang

Laging bantayan
Ang matalas na dila
Ang pagtitimpi

Ang dila natin
Kailangan timpiin
'Wag makasakit

Gamit ng bibig
Pagpuri, pagsabi ng
Katotohanan

Ang tenga ay sa
Tamang pakikinig lang
Walang husgahan

Komunikasyon
Ay mahalaga dito
Sa mundo natin

Ang mensahe ay
Ipinararating at
'To'y tinatanggap

Timpi ng dila
Ang pagsala ng tenga
Dalawang bagay

Sa pag-uusap
May tagumpay na tunay
Walang lihiman

"Komunikasyon"
Ang daan sa mabuting
Pagsasamahan

Salamat dito
Sa boses, tunog, tenga't
Bibig, mabuhay

Komunikasyon
Koneksyon na matibay
Pahalagahan!

40) ANG PAGBABAGO

Ang pagbabago
Ay 'sang pagpapatuwid
Magandang asal

Ang asal ay sa
Isipan, pagbabago
Sinasagawa

Ang pagmumura
Bago pa magsalita
Takpan ang bibig

Hindi mo gamit
Kinuha mo, mali 'yun
Ang pagbabago

May nasabi lang
Masama sa 'sang tao
Itinama mo

Umiwas na lang
Sa pakikialam sa
Gulo ng iba

Relasyong mali
H'wag pumatol, iwas lang
Tamang desisyon

Marami tayong
Dapat baguhin sa 'tin
Samantalahin

Pagkakataon
'Wag natin palampasin
Magandang Buhay!

Ang pagbabago
Ay mula sa 'ting puso
At sa isipan

41) ANG PAGPAPATAWAD

Dibdib mabigat
Magulo ang isipan
Kapatawaran

Lumang alitan
Malaking kasalanan
Lumalala na

Ulo'y masakit
Maasim ang sikmura
Ano pa kaya?

Hindi dalawin
Ng antok, iritable
Makipag-ayos

'Tong tamang gawin
'To'y magandang layunin
Magkasundo na

Kapatawaran
Humihingi ng tawad
At magpatawad

Kapag ang tao
Nagpatawad, gagaan
Ang pakiramdam

Pag napatawad
Mas lalong magaan at
Malilinawan

Pusong tahimik
Marunong magpatawad
Patawad na po!

42) NASAAN KA KATAHIMIKAN?

Nakikita ba?
Gusto mo bang Makita?
Hanapin natin

Magulong buhay
Walang direksyon, walang
Patutunguhan

Sa unang yugto
Sa ligawan pa lang ay
Meron ng gusot

Nagkatuluyan
Nagkaanak, di pa rin
'To nawawala

Ang problema ay
Kakambal na ng buhay
Sa katunayan

Nadagdagan pa
Minsan sunod-sunod pa
Talagang ganun

Kaya may batas
Sa lahat ng anggulo
Ay merong gulo

Pang ordinaryo
Ang batas ay lunas sa
Magulong landas

Ngayon nasaan
Itong katahimikan
Wala pa rin ba?

Habang may buhay
May pag-asa raw pero
Habang may buhay

May problema rin
Palitan ang kaba ng
'Ting pananalig

Dagdagan natin
Ang dasal, taimtim lang
Tahimik na lang

Magpakailanman
'Wag matakot sa dilim
Laging may gabay

Nandyan ang anghel
Na laging nakabantay
Gabi at araw

Katahimikan
Ba ang hinahanap mo?
Heto sa puso

43) SEKRETO BA? BAKIT ALAM KO?

Sensitibo 'to
Maingat dapat, di ba?
May lihim ako

Ang aking lihim
Ay may nakakaalam
Sekreto man o

Lihim 'tago rin
Kagandahan ng lihim
Isang misteryo

Pagtiwalaan
Ang pinagsabihan ng
Lihim, maselan

Mahalaga sa
Magkaibigan ay ang
Pagtitiwala

Ang abogado
Ay nararapat, tapat
Sa kanyang kliente

Ang manggagamot
May kasunduang legal
Sa pasyente n'ya

Ang mga pari
Katiwala ng lihim
Ng kasalanan

Ngayon ay alam
Na natin, mahalaga
Ang isang lihim

Ang abogado,
Manggagamot, pari, at
Magkaibigan

Mga nilalang
Na may susi ng lihim
Iniingatan

Ito ang lihim
Na aking alam, lihim
Ng buong bayan

Ano ang lihim
Lihim ng mundo, walang
Nakakaalam

Tanging Maykapal
Lamang nakababatid
Kung kelan tayo

Magpapaalam
lilisaning tuluyan
Sa mundong ito

Lihim pa rin 'to
Di ba? Dios ang bahala
Sa sanlibutan

Nasa Kanya ang
Katotohanang tunay
S'ya ang Totoo

Siya lamang ang
Nakakaalam nitong
Lihim ng madla.

Kapag marunong
Ang 'sang taong magtago
Ng lihim, siya ay

Tunay na taong
P'wedeng pagtiwalaan
Pati ang buhay

Lihim ng buhay
Diyos lang ang may alam
'yan ang alam kong

Isang sekreto
Na dapat irespeto
Tahimik na lang

44) ANO BANG GUSTO MO?

Parang tanong na
Naghahamon ng away
Walang awayan

Kapag malambing
Ang pagtatanong, ngiti't
Saya ang tugon

Pagbata iba
Ang sagot may kasamang
Pag iyak, tiyak

Sa totoo lang
Pwedeng lawakan itong
Ating usapan

Simple lang tayo
Gusto kong magsulat ng
Haikung Tagalog

Gusto naman ng
'Sang tao'y maging doctor
Sa tanong na 'to

Anong gusto mo?
Maraming kasagutan
Hindi malaman

Naguguluhan
Maraming kasagutan
Ano bang gusto?

Ang kagustuhan
Ay idinarasal din
Maghintay lamang

Di man makuha
Ating gusto sa buhay
May pag-asa pa

Maliwanag na
Ano ba ang gusto mo?
Tapos na, di ba?

45) ARAW MO NGAYON

Nangangapa ka
Muntik ka ng madapa
Tindig ka agad

Naguluhan ka
Ano ang gagawin mo?
Suko ka na ba?

Sa araw-araw
Ay may hamon sa buhay
'To'y pagsubok lang

Panapanahon
Ang dating ng dagok sa
Mundong ibabaw

Paano ba 'to?
Kailangan Makita
Ko ang liwanag

Piring sa mata
Tanggalin na, tingnan mo
Ang 'yong paligid

Tanawin lamang
Ang pag-asa, sinag ng
Araw ay nand'yan

Araw mo ngayon
Parang babala, pero
Ito'y senyales

'Wag mabahala
Ang swerte nasa 'yo na
Ito'y 'yong araw

Laging manalig
Sa ating Panginoon
'Ya'y kapalaran

Araw mo ngayon
Bukas ay bagong araw
Bagong pag-asa

Mabuhay! Araw!
Sa araw-araw, saya
Ito'y tadhana

Buhay' mahalin
Bigay ito ng Diyos
Magmahalan lang

46) KARAPATAN, KARAPAT-DAPAT

Karapatan, 'to'y
Mahalagang salita
'To'y pag-ukulan

Dapat pansinin
Lahat ng nilalang ay
May karapatan

Bata't matanda
Babae o lalaki
Malusog man o

May karamdaman
May trabaho o wala
May karapatan

May karapatan
Gawin ang gusto, 'wag lang
Tayong manakit

May karapatan
Tayong lumigaya at
Magsayang tunay

Magdiwang tayo
Sa pagkakataon na
'binigay sa 'tin

Karapatan lang
Bumoto tayong tunay
'To'y makabayan

May kasabihan,
"Kapag nasa katwiran
Ipaglaban mo"

Pagsang-ayon man
O pagsalungat iyan
Karapatan din

Ang ating buhay
Ay nakasalalay sa
Poong Maykapal

Ang karapatang
Mabuhay, ating tanging
Yaman, Mabuhay!

Lahat tayo ay
Merong karapatan sa
Magandang Buhay!

47) ANG PAGLALAKBAY

Pag umaalis
"Masayang paglalakbay"
Ang tanging bati

Mag-ingat kayo
Sa b'yaheng todo layo
Katawa'y ngalay

Maraming klase
Ang b'yaheng pauwi at
B'yaheng papunta

Meron sa lupa
Meron sa himpapawid
At sa tubig rin

Nakamamangha
B'yaheng minsan nangyari
B'yahe sa buwan

Lakbay ng buhay
Buhay nakasalalay
Sa palad ng Dios

Ingat sa b'yahe
Sa pagtahak ng buhay
Masalimuot

Sa mundong ito
Maraming daan, saan
Ka ba tutungo?

Doon tayo sa
Magandang daan, walang
Lubak, mapatag

Lakbay o lakbay
Magb'yahe sa tuwid na
Landas Mabuhay!

Masalimuot (thorny sa Ingles)

48) ULAP NA MAILAP

Ulap mailap
Pag kumurap 'sang iglap
Mawawala 'to

Na parang bula
Sa alapaap biglang
Laho ng hugis

Umaaninag
Sa kapal ng ulap 'tong
Dami ng anyo

Na nabubuo
Tanaw sa kalawakan
Ganda ng ulap

Ang iba't-ibang
Anyo gaya ng anghel,
Meron ding tao

Aso, pusa at
Kung minsan elepante
H'wag kalimutan

Si "speedy" pagong
Lahat ito'y tugma sa
Imahinasyon

Ikot ng mundo
Sumasabay sa ulap
Bumibilis din

Ang pagpalit ng
Hugis mabilis agad
Kamangha- mangha

Imahinasyon
Ay makapangyarihan
Kapag tumingin

Sa kaulapan
Makakabuo ka ng
Magandang hugis,

Makabuluhang
K'wento ayon sa hugis
Nang puting ulap

Sa aking isip
Ay nakabuo ako
Nang mga k'wento

"Ang elepante
Ay kausap ng pagong
Nagkakasundo"

Aba! May tigre
Yakap ang anak, higpit
Inggit ang leon

Bakit may b'waya?
takip-silim, madilim
biglang nawala

Kaya ang dapat
Ay kunan ng litrato
Bago maglaho

Lahat ng hugis
Na aking natatanaw
Ay nabigyan ko

Nang kabuuan
Sa imahinasyon ko
Nabigyang buhay

Nagbibigay ang
Ulap ng inspirasyon
'Di na mailap

49) BAYANI

Bayani sino?
'Yan ba ang pangalan mo?
Ang ganda ano?

Sa totoo lang
Magandang pag-usapan
Bayani sino?

Nakapulot ka
Ng mahalagang bagay
Binalik mo rin

Iniligtas mo
Ang buhay ng kapwa mo
Pasasalamat

'To'y halimbawa
Ng kabayanihan at
Ng kagitingan

Ano ang tawag
Sa mga sundalo na
Naninilbihan?

'Di ba bayani?
Tayo ay maaaring
Maging bayani

Sa ating munting
Paraan, kakayahan
Maging bayani

Ating gampanan
Malinis na hangarin
Pakita natin

Kabayanihan
Araw-araw nandiyan
Buksan ang palad

Maraming hayop
Ang gumagawa rin ng
Kabayanihan

Kung tutuusin
Maraming paraan ang
Kabayanihan

Magtulungan lang
Tawag d'yan bayanihan
At laging handa

Gusto mong maging
Bayani, p'wede naman
Nasa puso 'yan

Bayani man o
Hindi ay gumawa ka
Ng kabutihan

Maging bayani
Sa puso ng madla at
Sangkatuhan

Ating purihin
Ating mga bayani
Mabuhay! Kayo

50) ANG PAGHIHINTAY

Abot-tanaw lang
Ang paghihintay, walang
Puwang sa inip

Mahaba man o
Maiksi, maghintay lang
'Wag lang mainip

May kasabihan
"Kung may tiaga ay merong
Nilaga", tama

Meron pang isang
Kasabihan gaya ng
"Kay haba-haba

Man ng prusisyon
Doon din sa simbahan
Ang tuloy, di ba?

Katotohanan
Ang pinagtitibay ng
'Ting kasabihan

Ang paghihintay
Ay may kahihitnan at
May pupuntahan

Tayo'y maghintay
Sa tagumpay na alay
Sa pag-aaral

Ang mga nanay
Mahaba ang pasens'ya
Ito'y s'yam na b'wan

Ang paghihintay
Sa pagluwal ng sanggol
Dumating na rin

Gantimpala ang
Kalalabasan nitong
Ating tiwala

Ang kailangan
Natin para maghintay
Ay tamang oras

Oras na para
Pahalagahan, oras
Ng paghihintay

Ang pasensiya
Ay isang katangian
Ng paghihintay

O, ano, handa
Ka na ba sa tagumpay?
Tayo'y magt'yaga

51) MAHAL ANG PAGMAMAHAL

Ang pag-ibig ay
Maraming kahulugan
Heto ang isa

Ang pagmamahal
Ay hindi maramot at
'To'y mapagbigay

Ang pag-ibig ay
Yaman at ito'y walang
Kapantay, tama?

Ang katungkulan
Ng mag-asawa, dapat
Magsuportahan

Pagmamahalan
Ng magkakapatid ay
Sadyang matimbang

Mahal ba itong
Pag-ibig? Yaman, tibay
'Di masusukat

Anong katumbas
Nitong pagmamahalan?
Wagas at tunay

Kilos at gawa
'To ang magpapatunay
Ng katibayan

Walang katapat
Na presyo, malinis ang
Layuning tunay

O pag-ibig at
Purong pag-ibig lang ang
Mangingibabaw

Ang pagmamahal
Ay walang presyong tunay
Sadyang 'to'y mahal

Mahal talaga
Itong pagmamahal at
Alam ng Dios 'yan

52) MAGPAKATOTOO

Ating tanggalin
Ang ating maskara sa
Mukha, ilan ba?

Kung minsan ay may
Dalawa o apat ang
Maskara natin

Ang maskara ay
Nakakatulong sa 'tin
Takip problema

Kung may problema
Naipapakita ang
Nararamdaman

Masaya man o
Malungkot iba pa rin
Pilit ang saya

Pakatotoo
Mahirap gawin pero
'To'y kailangan

Tunay na tao
Ang taong matapat at
Palakumbaba

Matuto tayong
Magsabi ng totoo
Kalayaan 'to

Sa ating buhay
Makakaramdam tayo
Ng kalayaan

Ngiti sa labi
Ating hangarin para
Sa katapatan

Sa buhay ating
Isipin na ang tunay
Na matapat ay

Nagsasabi ng
Katotohanan, tama?
Mabuhay! Tunay!

May kasabihan
Na aking isasalin
Inyong pakinggan

Ang taong tapat
Marangal kanyang hangad
'yan ang totoo

53) ALITAPTAP...KIKISLAP-KISLAP

Umiilaw ka
Hindi ka naman ilaw
Bombilya kaya?

Lipad ka lang d'yan
Langaw ka ba? Hindi 'no
Eh di lamok 'no?

Hindi raw ilaw
Hindi rin langaw, lalong
Hindi bombilya

Kikislap-kislap
Sa gabing madilim at
Sa takip-silim

Ang ilaw nitong
Alitap-tap ay isang
Gandang kulisap

Kulisap, kulay
Ng ilaw ay dilaw at
Berde at pula

May kulay kahel
At parang bahag-hari
'Tong alitap-tap

Ang alitap-tap
Ay may ugaling tao
Pag may lalaki

Gustong manuyo
Magpapailaw lang s'ya
Buhay kulisap

Buhay kulisap
Mailap, alitap-tap
Kikislap-kislap

Gandang nilalang
Kamangha- manghang tunay
Mabuhay kayo!

54) TUNGO AT TINGALA

Tungo't – tingala
Magkasalungat pero
Galaw ay samba

Pag nakatungo
Senyales ng paggalang
Kaugalian

Kapag tingala
Isa na ring paggalang
Kaugalian

Bawat galaw at
Kilos ng tao ay may
Kahulugan din

Ang pag tungo sa
Ibang lahi ay tanda
Ng Pakumbaba

Ano mang galaw
Ng ulo at kamay ay
Pagsuko lamang

Matuto tayong
Gumalang sa lahat ng
Sangkatauhan

'Wag di pansinin
Ang maliit na bagay
'To'y mahalaga

Malawak itong
Kalangitan at sa 'sang
Tingala lang ay

Matatanaw ang
Bahag-hari sa langit
Senyal- pangako

Tungo't –tingala
Pahalagahan natin
Pati ang ibang

Mga parte nang
Ating katawan, puso't
Isipan, dapat

Pangalagaan
Natin ating sarili
Mabuhay! Buhay!

55) MUSMOS NA ISIPAN

Ang isipan ay
May mura at may gulang
Meron musmos din

Mahalaga ang
Katinuan at gulang
Nang 'sang isipan

Kahit saan man
Destinasyon, edad, ang
Tinuturing na

Sukatan kung ang
Isang tao'y marunong
At responsable

Musmos man, meron
Edad ay pantay-pantay
Walang duda 'yan

Ang kamusmusan
Ay nakakabata ng
Pakiramdam at

Nakakataba
Ng puso at may ngiti
Tikom ang labi

Nakakapulot
Tayo ng aral, leksyon
Sa mga paslit

May mga batang
Magulang ang isipan
May matanda na

Parang bata kung
Mag-isip, sino ang 'yong
Pagpipilian

Ang mga musmos
Ay 'tinatangi ng Dios
'to'y nasa Bibl'ya

Gusto mong maging
Musmos, at maging paslit?
Tara, laro na

Mabuhay! Musmos
Mahal tayo ng ating
Panginoong Dios

Musmos o hindi
Magpakatatag tayo
Sa Dios umasa

56) BATO-BATO…MGA KASABIHAN

Nabubuhay ang
Sangkatauhan dahil
Sa kasabihan

Alituntunin
Ay mahalaga para
Ating sundin at

Maging gabay sa
Araw-araw na takbo
Ng ating buhay

Narinig na ba?
Ninyo ang kasabihang
"Itaga mo sa

Bato hindi na
Magbabago ang pasya"
Maliwanag ba?

Paninindigan
Ito ang kahulugan
Ng kasabihan

Bakit pag merong
Nasabi ang 'sang tao
Ay nagagalit

At nagwiwika
Na 'toy 'wag pariringgan
Di ba ang sabi

'Bato-bato sa
Langit, tamaan ay 'wag
Magalit at pag

Binato ka ng
Bato ay batuhin mo
Ng tinapay" at

"Sa totoo lang
Ang dunong ay 'sang yaman",
'To'y kasabihan

Kaya tayo ay
Maghunos-dili bawat
Takbo ng buhay

Uulitin ko
"Bato-bato sa langit"
Aray! Lang dapat.

57) IKAW... SA MUNDONG IBABAW

Makasarili?
Ako ba 'yon o ikaw
Ikaw o ako?

Nilalang tayo
Sa mundo na puno ng
Mga pagsubok

Ikaw ang dapat
Nakakaalam ng 'yong
Nararamdaman

Ano ang iyong
Katungkulan sa mundo?
Magpakatao?

Pananagutan
Mo sa iyong sarili
Yung sa iyo, lang

Mahalin mo ang
'Yong sarili, dapat lang
Mahalaga yan

Palitan natin
'Ikaw" sa"ako", tingnan
Natin, kaibhan

Ako natutong
Mahalin ang sarili
Sariling kayod

'Kaw ang susulat
Ng libro ng buhay mo
Ikaw ay ikaw

Pero ang Diyos
Ang lumikha sa atin
Magmahalan lang

58) DILAW NG PANIBUGHO

Matamis itong
Samahan ng dalawang
Tao maayos

Ang relasyon ay
Tumitibay kung ayos
Itong samahan

Makulay man ang
Relasyon ng pamilya
Masaya rin 'to

'Wag lamang dilaw
Alam naman natin na
Ang dilaw ay 'sang

Simbulo ng 'sang
Naninibugho,'wag na
Walang selosan

Ang mahalaga
Ay ang pang-uunawa
Nang bawat isa

Kaya iwasan
Ang maging kulay dilaw
Ang manibugho

Dapat lamang ay
Unawa sa sitwasyon
'To'y kailangan

Ang katapatan
Ay mahalagang tunay
Sa 'sang relasyon

Iwasan din ang
Magpaselos lalo na
Kung selosa ang

Iyong kasama
Kailangan unawa
Lang sa relasyon

Ano mang kulay
Walang kinalaman sa
Pakikisama

Mga simbulo
Lang ang mga kulay at
Huwag pansinin

Ang kahulugan
Ng anumang kulay ay
Magandang buhay

59) SORPRESA ! ALAM NG LAHAT

Abala sila
May lobo, dekorasyon
Nasaan yun keyk? (cake)

Sorpresa ba 'to?
May musika, sayawan,
Mga palaro

Masaya tayo
Kapag may selebrasyon
'To'y pagdiriwang

Ang sorpresa ay
Nakatataba nitong
Puso't isipan

May sorpresa man
O wala pwede tayong
Magdiwang kahit

Anong okasyon
Lalo na ang biyaya
Ng Panginoon

Ang kaarawan
Pasasalamat lamang
Ang mahalaga

Alam ng lahat
Ang pinakamagandang
Sorpresa ay yung

Walang may alam
Ang pagdating ng ating
Tagapagligtas

Ito ang dapat
Paghandaan ng husto
Si Hesukristo

Tayo'y magdiwang
Sa araw ng pagdating
Ng 'sang magiting

Mabuhay! Mahal
Naming Panginoon at
Poong Maykapal

60) ANG MATA AY WALANG KURAP...PANGARAP

Batang nangarap
Mataas pero wala
Siyang direksyon

Batang wala pang
Malay, ay marami 'tong
Mapupuntahan

Sabi nga nila
Nasa kabataan ang
Tanging pag-asa

Ng ating bayan
Kaya ating hubugin
'Tong kabataan

"Gising", ito ay
Nauukol sa taong
Merong pangarap

Ito ang "matang"
Walang kurap, pero may
Tanging pangarap

Lahat tayo ay
May karapatang gawin
Sa 'ting layunin

Mangarap lamang
H'wag mag-alala, libre
Namang mangarap

Nakapikit man
O dilat, walang kurap
Mangarap lamang

Mabuhay! Buhay
'Tong buhay ang diwa ng
"Sang panaginip

61) MAPAYAPANG PAGLALAKBAY

Kadalasan pag
Mayroong umaalis
Binabati ng

Maligaya o
Masayang paglalakbay
Biyaheng tunay

Ang paglalakbay
Ay di lang sa pag-alis
Kundi sa bawat

Takbo ng buhay
Pakikisalimuha
Sa araw-araw

Sa pagtatapos
Ng pag-aaral isang
B'yaheng pagsubok

Pagtaguyod sa
Pagtatrabaho'y isang
B'yaheng totoo

Yung pagbati sa
Kapwa ng mapayapa
Medyo mabigat

Mapayapa ay
Para sa namatayan
Pero hindi rin

Nauugnay ang
Payapa sa konsepto
Ng kamatayan

Kaya ibahin
Natin ang konsepto at
Palitan natin

Ng maligayang
Paglalakbay at diwa
Magandang buhay

62) TAKBO NG BUHAY

Ang sabi nila
Maiksi raw ang buhay
Pahalagahan

Ang anggulo ng
Buhay ay marami at
Bawat pagsubok

May kahihitnan
Oras lang ang katapat
Ng abang buhay

Ano man ang 'yong
Hangad, sino man ang 'yong
Makakatungga

Dapat patas lang
At merong pusong wagas
Walang pikunan

Ang bawat kilos
Pinag-aaralan ang
Bawat hakbang at

Sa mundong ito
Ay maraming pagsubok
Dasal lang tayo

Ang dapat gawin
Tayo ay gumawa ng
Kabutihan lang

Takbo ng buhay
Lakaring dahan- dahan
Matagumpay 'to

Ating tahakin
Ang tuwid na landas at
Nararapat 'to

Dugong may dangal
Mahalin ang buhay 'to'y
Iisa lamang

Bigyan ng saysay
Buhay na tunay, ating
Pahalagahan

Mabuhay! Buhay
Buhay na may Kalidad
"To'y ikarangal

63) SAMA-SAMA...HIWALAY

Iniwanan ka
Akala, kaya mo na
Walang iwanan

May isang grupo
Na may isang layunin
Tumulong lamang

Grupo o hindi
Dapat may layunin at
May malinis na

Hangad sa kapwa
Nagkakaisa tayo
Sa puso't isip

Sama-sama ang
P'wersa sa komunidad
Bayanihan 'yan

Nagkakaisa
Damayan, tulungan at
Pakikisama

Hawak mahigpit
Sa misyon, layunin at
Tungkuling wagas

Magdiwang tayo
'Wag salungatin para
Hindi mawatak

Itong samahan
Hiwalayan di dapat
Mangyari, di ba?

Di mabubuwag
Tibay ng pagkabuklod
Ito ang buhay

Sama-sama, di
Hiwalayan, Mabuhay
Walang iwanan.

64) NADAPA ? BANGON KA!

Ilang beses kang
Nadapa? 'Wag na nating
Bilangin, bangon

'Di mahalaga
Kung ilang beses tayong
Nadapa, bangon

Ating bilangin
'kaw ba ay nasugatan
Sa pagkadapa?

Tinanggihan ka
Nabigo, nasaktan ka
Dapang-dapa ka

Babangon ka na
Matatag ka, malakas
Paninindigan

Bangon ng bangon
Ginagawa ng taong
Mapursigido

Ang tumatayo
Sa pagkakadapa ay
Yung taas noong

Ipapakita
Ang katatagan nila
Tibay ng loob

Naalala n'yo
Tatlong beses nadapa
Si Hesukristo?

Yung pagkadapa
Ni Hesus ay hindi N'ya
Inindang tunay

Malamang hindi
Lang tatlong beses Siyang
Nadapa pero

Sugatan Siya
Sa Kanyang katayuan
Bumangon pa rin

Katumbas nitong
Paghihirap ay sakit
Ng kalooban

Ating sabayan
Si Hesus sa pagbangon
Lakas Niya'y atin

Salamat sa 'nyo
Mahal na Panginoon
Sa 'nyong pagbangon

Sa ating buhay
Ang pagbangon ay isang
Pagsubok kapag

Tayo'y nadapa
Muling babangon, hindi
Tayo susuko

Amen sa lahat
Ng pagsubok at sa 'ting
Muling pagbangon

Ating pagbangon
Ay dapat sabayan ng
Pusong may dangal

65) NAKALIMUTAN KO...
HINDI KO SINASADYA

Bakas ang saya
Sa mukha n'yang maganda
Ipaalala

Natin sa kanya
Kanyang kagandahan ay
Walang kupas at

S'ya'y unti-unting
Nalilito, minsan ay
Nakatulala

Nakikisabay
Sa tawanan at walang
Malay kung bakit

Kaayusan ay
Nakakaligtaan at
Pati pagkain

Minsan hawak ang
Kubyertos at hindi n'ya
Alam gamitin

Ang masakit ay
Hindi alam kung siya'y
Nagugutom na

Bumibilis ang
Panahon pati siya
Ay mabilis din

Ang pagbabago
Pangalan ng malapit
Sa kanya hindi

Masambit pati
Sarili ay limot na
Masakit tingnan

Kahit ako ay
Nasasaktan din, kapag
Naiisip ko

At 'to'y talagang
Nakapanlulumo at
Nakakalungkot

Walang may gusto
Na magkaganito ang
Isang nilalang

Kanyang isipan
Nawala na, naglaho
Para ng bula

Ang pakiramdam
Nawala na rin, manhid
Walang magawa

'Yan ang buhay ng
May " Alzheimers, masakit
Nakababagbag

Pagpalain ng
Panginoong Dios tayong
Lahat, dasal lang

Ito ay aking inihahandog sa mga
nilalang na may sakit na "Alzheimers"
at sa kanilang mga mahal sa buhay.

66) PALENGKE SA KALYE

Tuwing ako ay
Magbabakasyon, ako'y
Masayang tunay

Sa unang araw
Pa lang ay nag-aabang
Ng naglalako

Unang tindero
Ay magtataho, dagdag
Daming arnibal

Siempre hindi 'to
Mawawala, pandesal
Na mainit pa

Baong matamis
Lang ang katapat, kesong
Puti almusal

Wala pang isang
Oras may sumisigaw
Ng "Alimasag"

Nagsawa ako
Pinakyaw ba naman eh
Busog na busog

Tanghalian ko
At may sawsawang suka't
Bawang at tadtad

Na manggang hilaw
Paminsan-minsan meron
Naliligaw na

Tindero, tulak
Ang kariton na merong
Gamit-kusina

Nagbuena mano
Ako sa pangkayod ng
Milon at buko

Bumili na rin
Ako ng sandok mura
At Malaki pa

Teka muna at
Mayroon akong hindi
Nabanggit, yun ay

Ang binatog na
Merong asin at niyog
Pantulak sop drink

Sa gabi naman
May sumisigaw pa rin
Ito'y yung tanyag

Na mainit na
Balut, penoy, chicharon
Mga pulutan

At sa tanyag na
Inuming malamig at
'to'y ang serbesa

Sa totoo lang
Maraming tindero ang
Naglalako at

Dumaraan sa
Araw-araw, masaya
Buhay' marangal

May kainan din
Sa tabing kalye at may
Mesa at silya

May turo-turo
At merong iba't-ibang
Gulay at prutas

Uso rito ang
Pila-pilang kariton
May iba't-ibang

Nilalako at
May banana-Q at may
Kamote-Q at

Pisbol, tokneneng
Barbekyung baboy, manok
Adidas, isaw

Bakasyon ko ay
Masaya lalo na sa
Paggising ko sa

Umaga at sa
Sigaw ng tindero at
Tilaok ng 'sang

Tandang masipag
Magandang karanasan
Sa ating Bayan

Mabuhay bayang
Pilipinas, Mabuhay
Bayan kong mahal!

67) SELEBRASYON NG BUHAY
(Celebration Of Life)

Ganda ng araw
Maraming salamat sa
Galaw ng buhay

Maigsi lang ang
Buhay, ating mahalin
Huwag paigsiin

Maging magiliw
Ngumiti palagi at
Laging isipin

Itong biyaya
Na ating nakakamtan
Ang pinagpala

Tayo'y magdiwang
Pasalamat sa Poong
Maykapal, tunay

Mapalad tayong
Niliha ng Dios, mahal
Niya tayong lahat

Aming mensahe
Taos puso ang aming
Pasasalamat

Ating isipin
Tayo'y nakakakita
May pandinig pa

Tayo'y may bibig
Nakakapagsalita
May pang-unawa

Mapalad tayo
At nakakalakad pa
Yung iba, 'di na

Ipagdiwang ang
Buhay na binigay ng
Lumikha sa 'tin

Mahalin ang 'yong
Sarili at galangin
Din ang 'yong kapwa

Mabuhay! Buhay
Selebrasyon ng buhay
Ay araw-araw

Pahalagahan
Yaring buhay, ito ay
Iisa lamang

68) MAGANDANG BALITA

Naghihintay ka?
Ng magandang resulta
Inaasahan

Mo ang magandang
Balita pero wala
Kaya magt'yaga

Sa daming gulo
Ay nangingibabaw ang
Gandang katwiran

Ang kabiguan
Ay walang puwang dito
Gandang pananaw

Sa bawat takbo
Ng panahon, balita
Ay nagbabago

Palagi nating
Inaasam na kilos
May kahulugan

Na hindi natin
Inaasahang gulo
Ingat lang tayo

Minsan tayo ay
Namimili ng gusto
Nating pakinggan

Gustong alamin
Ang balitang magiliw
Katanggap-tanggap

Sangkatauhan
Narito ang magandang
Balita sa 'nyo

Piliin natin
Ang umaayon sa 'ting
Puso't isipan

Ang pangalawang
Pagdating ng Anak ng
Dios, 'to'y si Hesus

Mabuhay! Gandang
Balita, Mabuhay ang
Tagapagligtas

Ang tanging ganda
Ng 'sang balita ay yung
Pangkalahatan

69) ANG AKLAT NG BUHAY

Sa mundong ito
Lahat tayo ay meron
Aklat ng buhay

Dapat isulat
Basahin, ibahagi
'To'y bigay ng Dios

Buhay ng tao
Ay kamangha- mangha at
Kawili-wili

Mahalaga ang
mahalin ang sarili
'to'y isang yaman

Kung ang iba ay
May sariling salaysay
'Di ba ikaw din?

Ikaw ay aklat
Ikaw ang taga- sulat
Ikaw ang lahat

Nakakaalam
Ng sarili mong buhay
At talambuhay

Ang bahagi ng
Buhay ay pagbahagi
Ng kalooban

Kalooban ay
Salaming tunay-buhay
Sangkatauhan

Mag-umpisa ng
Isalaysay ang buhay
Pagkat buhay ay

Iisa lamang
Mahalin ito, ngayon
Magpakailanman

Bawat pahina
Ng libro mahalaga
Buhay mo iyan

Bawat kilos ay
Katumbas ng pahina
Galaw ng buhay

Piliin itong
Buhay at ang sarili
Mabuhay, Buhay

70) NAKIKITA MO BA ? ANG NARIRINIG KO?

Hanggang kailan?
Masasaksihan, ganda
Ng abot-tanaw?

Lahat ng bagay
Maliwanag, maganda
Maliliit man

O Malalaki
Lahat ng karunungan
O kaalaman

Ito'y sa kamay
Ng Panginoon galing
Pasalamatan

Mensahe mula
Sa manunulat nitong
Haikung Tagalog

Marami na 'kong
Nagawang Haiku, at 'to'y
Pang pitongpu na

Tamang-tama sa
Edad ko sa taong 'to
Masayang buhay!

Naisipan kong
Isulat tungkol sa 'king
Mga paningin

Oo, "Glaucoma"
Ang sabi ng doktor na
Espesyalista

Yung mga gamot
Na pinapatak sa 'king
Mga mata ay

Di pang palinaw
Kundi pipigilan lang
Ang pagkabulag

Natatakot ba
Ako sa mangyayari?
Malaking takot

Aktibo ako
Sa pag-iisip lalo
Sa pagsusulat

Sa pagbabasa
Sa pagpipinta dito
Sa bato't kanbas

Maliit man o
Malaking bato, ito'y
Aking proyekto

Nakapila pa
Ang mga gagawin kong
Libro at "paintings"

Minsan ako ay
Napapaluha na lang
Baka mawalan

Na nang tuluyan
Aking mga paningin
"Ang kadiliman"

Ang aking ina
Dalawang taon bago
Siya pumanaw ay

nawalan s'ya ng
Paningin at ayaw kong
Maranasan yun

Malakas itong
Aking pananalig na
Nand'yan palagi

Ang Panginoon
At ang ating mahal na
Birheng Maria

Gayun pa man ay
'Ko'y nagpapasalamat
At pinagpala

Pa rin ako ng
"Ting Panginoong Hesus
Sa biyaya N'ya

'Ko'y humihingi
Ng dasal na isama
Ninyo ako ha?

Salamat sa 'nyo
Ipagpapatuloy ko
Ang proyekto ko

Hanggat may abot-
tanaw at maliwanag
ang paningin ko

Ang pag-asa ay
Nasa aking puso at
Damdaming tunay

Pag naiisip
Ko lang ang aking mga
Mata malungkot

Dios ang sagot at
Nararamdaman Kanyang
Presensyang tunay

Nakikita mo
Ba ang naririnig ko?
Mundo 'y maganda

71) IWAS SA LINGKIS...MABANGIS

Isang nilalang
Orihinal sa Bibl'ya
Ang manunukso

Ang ahas ay may
Dalang panganib lason
'to'y makamandag

Natatakot ang
Karamihan pag sila'y
Nakikita sa

Mga zoo at sa
Gubat na matalahib
Sila ay "unique"

May kakaibang
Anyo, walang paa at
Napakahaba

Sa kahabaan
Nila ay kayang-kaya
Ikutan isang

Katawan, lingkis
Mahigpit ang kapit ng
Ahas, mabangis

Anong meron ang
Ahas na dapat nasa
Mundo rin sila?

Laganap pati
Kamandag, kumakalat
Pero sila ay

May pakinabang
Din sa mundong ibabaw
Tingnan nga natin

Ano ang tanging
Magandang naitulong
Ng ahas na 'to

Ang kamandag ng
Ahas ay gamot din sa
"Cancer", puso, "stroke"

Kasama na rin
Ang "Parkinson's Disease at
Sakit sa bato

Pati na rin ang
Dyabetis at iba pang
Sakit ng tao

Makamandag man
At mapanganib ating
Isipin meron

Ding halaga 'tong
Ahas, kwidaw sila'y
Iwasan, lingkis

Iwasan na lang
'tong ahas na madulas
At iwas yapak

Ingat palagi
Sa isa ding nilalang
Dito sa mundo

Makamandag man
P'wede namang iwasan
Diskarte lamang

May karapatan
Tayong lahat dito sa
Mundong ibabaw

72) LIPAD NA MATAAS...
ALALAY SA PAGBAGSAK

Magandang lipad
Mataas na layunin
Dapat planuhin

Mga magulang
May pangarap sa anak
Dapat matupad

Sa eskuwelahan
May alituntunin at
Bagay na sundin

Sa pagtatapos
Ay nakamit ang gustong
Hangarin, tama?

Taong may gandang
Hangarin, tagumpay ay
Nararating at

Huwag mag-alala
Nasa tamang daan ang
Ating landas at

Sinasamahan
Ito ng pag-iingat
Maging sa lipad

Pati pagtawid
Lumingon tayo sa 'ting
Kaliwa't kanan

Alalay lang sa
Pagbaba para hindi
Mapariwara

Magpakumbaba
Sa bawat gawain at
Mag-iingat lang

Sa tatahaking
Landas ating suriin
Bawat hangarin

Kahit gaano
Mang katayog ang lipad
Alalay lang ha?

73) BAGONG DAHON...BAGONG BUHAY

Ako'y 'sang Pinay
Laking Pinas, dito 'ko
Ipinanganak

Sa Pilipinas
Walang tag-lagas pero
Merong tag-ulan

Sa ibang bansa
Gaya ng Amerika
Mga dahon ay

Makulay at sa
Lupa naglalaglagan
Lagas na lagas

Dahil panahon
Na naman ng Taglagas
Nangyayari 'to

Taon-taon at
Tuwing Taglagas bago
'to magTaglamig

Masasaksihan
Ang iba't-ibang kulay
Ng dahon bago

Sila tuluyang
Maglaho at mawala;
May dahong dilaw,

Kulay kahel at
Pula, kayumanngi at
May berde pa rin

Pagkatapos ng
Taglamig, umuusbong
Muli ang mga

Dahong berde at
Panahon na naman ng
Tag-usbong tunay

Bagong usbong ng
Dahon, parang simbulo
Ng bagong buhay

Ehemplo ito
Sa buhay ng tao at
Ating walisin

Ang nalagas na
At harapin natin ang
bagong usbong ng

Buhay, na merong
Bagong magandang buhay
Bagong pag-asa

Tag-lagas (autumn or Fall season)
Tag-lamig (Winter time)
Tag-usbong (Spring time)
Tag-araw (Summer time)

74) ANG MAGULANG NA HINDI MAGULANG

Kailan naging
Magulang ang 'sang ina
O isang ama?

Ang papel ng 'sang
Magulang sa anak ay
Dapat magmahal

Ng totoo at
Ng walang pag-iimbot
Ang katapatan

Ating isipin
Atin ding mahalin ang
Ating magulang

Magulang natin
Ay hindi manggugulang
Sa halip, tayo'y

Ipagtatanggol
Ng walang pagdududa
'Yan ang magulang

Ang responsableng
Magulang may magalang
Na mga anak

At responsable.
Ating pagsilbihan ang
Ating magulang

Galangin natin
Sina ina at ama
At ang sarili

Salamat aming
Itay, inay at sa 'ting
Panginoon at

Sangkatauhan
Lahat ng tao dito
Sa ating mundo

Mabuhay! Inay
Mabuhay itay sa 'nyong
Pag-aaruga

75) PANAGINIP... PARTE NG BUHAY

Ano, sino ang
Nasa panaginip n'yo?
Ang mahal ninyo?

Ang panaginip
Mahiwaga, magulo
Parang totoo

Panaginip ay
Hindi malay lang kundi
'to'y nadarama

'to'y nagbibigay
Ng saya, lungkot, pati
Na ang pagtawa

May mga taong
Nagsasalita habang
Nananaginip

Halakhak meron
Din ganyan at yung iba
Naglalakad pa

Nagbibigay ng
Solusyon kung minsan ang
'ting panaginip

Sa panaginip
Dinadaan kung minsan
Ang kasagutan

Ang panaginip
Ay makabuluhan sa
Ating Bibliya

Ang panaginip
Ay nagbibigay- aral
Pansamantala

Ang panaginip
Ay 'sang misteryo pero
Parte ng buhay

Ang panaginip
Ay nagpapatunay na
Tayo'y buhay pa

Ang panaginip
Gaya ng mga hula
'wag maniwala

Para wala nang
Masamang panaginip
Magdasal bago

Matulog, iwas
Sa bangungot at takot
Magdasal lamang

Buhay ng tao
Ay parang panaginip
Kaya gising na

76) GUNITA NG KAHAPON

Kahapon lamang
Nakikipaglaro ka
Sa iyong ina

Napakabata
Mo pa nang 'kaw ay iwan
Ng iyong ina

Napakabata
Rin ng iyong ina nang
Siya'y pumanaw

Inay mong mahal
S'ya'y mahal nating lahat
Tunay na panglaw

At kalungkutan
Ating nararamdaman
Kanyang pagpanaw

Aming dasal ay
Ang katahimikan ng
Kaluluwa n'ya

Ating mahalin
Ang tanging ala-ala
Na naiwan n'ya

Gaya ng kanyang
Pag-aarugang tunay
Sa 'nyong mag-ama

Mga gunita
Ng kahapon ay isang
Ala- ala lang

Na dapat nating
Isa puso't isipan
Salamat sa Dios

Ito ay handog ko sa aking pamangkin
na si Francis at sa kanyang Ama na
si Rey (aking kapatid.)

77) HAMON NG KAPALARAN

Marami tayong
Pagsubok araw-araw
Huwag patumba

Tumayo lamang
T'wina, laban sa hamon
Ng kapalaran

Huwag patalo
Bala mo ay pag-asa
Tapang pang-sangga

'Di mawawala
Problema'y sumusulpot
Kasama'y gusot

Ating harapin
Hanapan ng solusyon
Hamon tanggapin

Isa-isahin
Natin ang paglutas sa
Gusot ng buhay

Sa 'ting paglutas
Samahan din natin ng
Pagdarasal at

Ang pagninilay
Pagiging positibo
Ngiti sa labi

Mga magandang
Pahiwatig tungo sa
'Sang kapalaran

Maging kuntento
Tayo sa ating buhay
Manalig lagi!

Kumapit lamang
Sa inyong pananalig
Sandata ito

Sa mga hamon
At pagsubok sa buhay
Kapalaran ba?

78) TRANSPORMASYON
(TRANSFORMATION)

Anyo'y nagbago
Nakakapanibago
Alin ang bago?

Kadalasan ang
Tao ay sanay gawin
Ang lumang bisyo

Kapag may bisyo
Dapat baguhin pati
Ugali na rin

Ang pagbabago
Ng isang tao dapat
Galing sa puso

Huwag maglagi
Sa maginhawang sulok
Magbago ka na

Galanging tunay
Ang sarili't 'bang tao
'to'y pagbabago

Ang pagbabago
Ay isang transpormasyon
Pati ugali

Sa pagbabago
Kailangan ang dasal
Na mataimtim

Ang transpormasyon
Ay isang proseso na
Sinasapuso

Salamat Dios ko
Sa inyong pagtawag na
Ako'y magbago

Sa tulong lamang
Ng ating Panginoon
Ang transpormasyon

79) APOY NG PAG-ASA

Umaasa ka?
Na makakapasa ka?
Tagumpay ka ba?

Ang umasa ay
Hindi masama pero
Ipaglaban lang

Maliit man ang
Pag-asa o Malaki
Sige lang, asa

Ano bang gusto
Mo sa buhay, may oras
Pang nakalaan

Sa 'yong pangarap
Walang dapat humadlang
Pag-asa lamang

Gaano ba ang
Haba ng 'yong pasens'ya?
Kasing haba ba

Nang 'yong pag-asa?
Maalab ba ang apoy
Ng 'yong pag-asa?

Sabi nga nila
Hanggat may buhay merong
Pag-asa, di ba?

Magandang aral
Dulot ng karanasan
Kapit pag-asa

Sa mundong ito
Pag-asa ang katapat
Ng mga pakay

Sa pamumuhay
Ituloy ang magandang
Hangaring tunay

Ang umasa ay
Pagtupad sa pangarap
Mabuhay! Buhay!

80) HANGGANAN...SA HAGDANAN

Hakbang hagdanan
Hanggang saan ang hakbang?
'to'y may hangganan

Sa mundong ito
Maraming limitasyon
Dahan-dahan lang

Buhay na buhay
Akyat lang sa hagdanan
Ingat paghakbang

Itong buhay ay
Parang hagdanan, akyat
Panaog lamang

Pag nakababa
At nasa huling hakbang
Buntong- hininga

Muna at tuloy
Ang saya kahit pagod
Na sa pag-akyat

Sa buhay natin
Dapat alam natin ang
Hangganan, tama?

Tayo ay dapat
Matutong dumaan sa
Hagdang matibay

Ito'y 'sang gabay
Sa ating kaunlaran
Sang-ayon ka ba?

Huwag makalimot
Sa ano mang sigalot
At manalangin

Lagi sa Poong
Maykapal at tayo ay
Magpasalamat

Ang pagsubok ay
parang hakbang ng hagdan
'to'y may hangganan

81) BONGGA...GAGAMBA

Kahanga-hanga
Isang nilalang na may
Walong paa at

Walo ring mata
Ingat sa kagat ito'y
Merong kamandag

Nakakatakot
Hitsura ng gagamba
Pag pinagmasdan

Ganda rin pala
Mapanganib nga lang at
Nangangagat pa

'sang katangian
Ng gagamba ay itong
Pagbuo nila

Ng simetrikong
Sapot at matibay pa
Kahanga-hanga

Isang gagamba
Na parang arkitekto
Gumagawa ng

Gusali't bahay
Nakamamanghang tingnan
Ang 'sang gagamba

Pag gumagawa
Nang sapot pang proteksyon
Sa mga bagong

Gagamba, kaya
Masdan ang klaro't tibay
Ng sapot na 'to

Itong sapot ay
Parang pagbubuo ng
Isang relasyon

Dapat matibay
Maayos at Pulido
Ganyan ang dapat

Sa pagplano ng
Pamilya dapat merong
Pundasyong klaro

Salamat mga
Gagamba sa maganda
N'yong halimbawa

82) UNANO...MAY HIGANTENG PUSO

Huwag husgahan
Ang sino man sa kanyang
Anyong panlabas

Maraming meron
Kapansanan sa mundo
Di mareklamo

Sa mga bata
Uso ang nambubuli
Mga batang may

Magulong puso
Kulang sa disiplina
Asal baguhin

Painumin ang
Mga nauuhaw at
Pakainin ang

Nagugutom at
Tayo ay magtulungan
Ating tularan

Ang 'sang nilalang
Taong maliit pero
Puso'y malambot

Siya ay mayroong
Higanteng puso na ang
Kahulugan ay

Isang tao na
Matulungin at siya
Ay heneroso

Unanong tunay
Hindi ipokrito at
Makatotoo

Mabuhay, sa may
Mga kapansanan na
May gintong puso

83) PABORITO...PABOREAL (PEACOCK)

Parang pamaypay
Na Malaki ang sakop
Ito ang buntot

Ng maganda at
Makulay na ibon sa
Mundo ng ibon

Ibong mabilis
Parang "speedy Gonzales"
Takbo'y mabilis

Ano bang ibon
Itong binabanggit ko?
Paborito mo?

Ang Paboreal
Napakagandang ibon
Gandang lumakad

Ang Paboreal
Maingay at maraming
Boses, ang lakas

Mahilig sila
Sa gulay, butong-gulay,
Insekto't, damo

Minsan ay mga
Ahas na maliliit
Langgam at su'so

Paboreal ay 'sang
Ibong may pambihirang
Ganda, ito ay

Matatagpuan
Sa mga lalawigan
Ng Batangas at

Palawan at sa
Bukidnon, pero meron
Din sa mga "zoo"

Sa lakas nitong
Boses ng paboreal ay
Nakakatulong

Parang guward'ya at
Bantay sila at pag may
Taong iba at

Nasa labas ng
Bakuran ay daig pa
Nila ang aso

Nilalang ng Dios
Ang mga ibon na 'to
Para sa atin

Sila ay ating
Hangaan at sila ay
Igalang natin

Kakaunti na
Lang ang kanilang lahi
Dapat iligtas

Sila sa kamay
Ng mga mangdarambong
Nasa listahan

Sila ng mga
"extinction", pawala na
Sa mundong ito

Maging magalang
Tayo sa nilalang ng
'Ting Panginoon

84) PALIGSAHAN...PANALO NA

Sali ka na sa
Labanan na ito ng
Isang laro at

Iba pang klaseng
Paligsahan at laro
Pero iisa

Lamang ang dapat
Magwagi sa labanan
Magkatunggali

Dapat ay "sport" lang
At patas ang labanan
Pag-igihan lang

Sa paligsahan
Merong alituntunin
Na dapat sundin

Ang dibate ay
Paligsahang talino
Katwiran lamang

Paglalabanan
Salita't pag-iisip
Ang tanging gamit

Usapang dangal
Dibate ng katwiran
Gamit, isipan

Kung sino man ang
Magwagi sa larong 'to
Mabuhay tunay

Na talino at
Dunong na galing sa 'ting
Panginoong Dios!

Walang pisikal
Walang nasaktan ito
Napakagandang

Laban, hasa ang
Isipan labasan lang
'to ng katwiran

Lahat panalo
Sa labanan na ito
Pangangatwiran

85) MAHIRAP ANG MAHIRAP

Maraming tao
Ang naghihikahos at
Nararamdaman

Ang kahirapan
Merong walang tirahan
Sa kalye na lang

Minsan ay hindi
Nakakakain at sa
Basurahan ang

Kanilang mesa
Doon kumukuha ng
Pangtawid gutom

May mga batang
Nangangalakal para
Mabuhay lamang

May mayaman at
Mahirap, itong buhay
Ang kaibhan ng

'sang mahirap at
Mayaman ay sukdulan
Ang kahirapan

Nararamdaman
Ko ang kahirapan ng
Tao sa aking

Puso't isipan
Mahirap ang mahirap
'yan ang totoo

Kapit lang tayo
Sa Dios at sa 'ting mahal
Magpasalamat

Ating mahalin
Ang ating sarili at
Mahalin din ang

Kapwa tao at'
Ating kapaligiran
At kahirapan

Kibit- balikat
Tingin sa itaas at
Umasa tayo

Mahirap itong
Mahirap, Pero laban
Na tayong tunay

Mahirap itong
Mahirap at dalangin
Ang nararapat

Sa mahihirap
Mabuhay sa lahat at
Sa 'ting sarili.

86) PAYONG NG DEWENDE...KABUTE

Maliit silang
Nilalang, naglalaro
Palipat-lipat

Sa iba't-ibang
Mga kabuteng parang
Payong na pwedeng

Sumilong- sukob
Kabute ay maraming
Silbi at gamit

Maprotina s'ya
Mabitamina, gamot,
Lunas, laban sa

Mga oksidant
Sa katawan ng tao
Masustansya pa

May impormasyon
Tungkol sa kabute at
Hindi lahat nang

'to'y nakakain
Merong kabuteng lason
Kaya ingat lang

Ang kabute ay
Totoo, pero itong
Dwende tunay?

Kathang isip lang
Ba ito, o alamat?
Kwentong kutsero?

Ang unano ay
Totoo, sila'y taong
Sadyang maliit

Igalang sila
May karapatan sila
Gaya ng lahat

Magbalik tayo
Sa gamit ng kabute
Na hugis payong

Ating igalang
Pati na ang salitang
Dwende tama ba?

Salamat dito
Sa mga kabute sa
Paligid-ligid

Totoo man o
Hindi ang mga dwende
Igalang lamang

87) ALISIN ANG POOT...MAPAIT

Pag nakatikim
Ka ng asukal, tamis
Ang lasa nito

Pag natikman mo
Ang suka, kalamansi
Maasim, di ba?

Ang ampalaya
Mapait-pait apdo
Ay ganoon din

Saging na hilaw
Prutas na medyo hilaw
Ay sobrang pakla

Maraming klase
Ang lasa at panlasa
Parte ng buhay

Pwedeng ihambing
Sa iba't-ibang lasa
Dapat ay tamang

Lasa at timpla
Gaya ng galit, huwag
Papairalin

Poot sa puso
Pag nangibabaw ito'y
Mabigat dalhin

Dapat ay laging
May tamis sa bibig at
May tamis bawat

Bigkas ng bibig
Pag tama ang lasa ay
Ganun din ang sa

Tao at buhay
Kailangan ay laging
Balanse, tama?

Galit at poot
Di dapat magkasama
Poot alisin

Pait at poot
Palitan ng bait at
Magandang loob

Gandang ugali
Panatiliin lagi
Sa tamang timpla

88) ALA-ALA NG LUMIPAS...LUMAMPAS

Parang kahapon
Lang, nang ikaw ay aking
Namasdang tunay

Kapangyarihan
Ito ang meron nitong
Ala-ala at

Nagbibigay ng
Kasiyahan kahit na
Pansamandali

Pahalagahan
Ang gamit ng isipan
Ala-ala lang

Ang mga iyan
Pero h'wag palampasin
Pagkakataon

Gunitain ang
Magandang ala-ala
Paalala lang

Ang ala-ala
Ay minsan 'sang babala
Para mag-ingat

Minsan ay isang
Paalala na meron
Koneksyon itong

Kahapon, ngayon
At ang hinaharap ay
Bigyan ng pansin

Ang mga ito
Ating gunitain at
'wag palampasin

Salamat sa 'ting
Mga ala-ala at
Ang paggunita

'to'y mahalaga
Mabuhay! Katauhan
At kabuuan

89) KULANG SA PAGMAMAHAL...DAGDAGAN

Sarap mahalin
Masarap din magmahal
Kulang ka ba o?

Sapat na ba ang?
'Yong pagmamahal twina?
Sobra? Tama lang?

Sinusukat ba?
Ang pagmamahal, sagot
Oo o hindi?

Paano ba ang
Magmahal ng totoo?
Ina sa anak?

Anak sa ina?
Sa magkakaibigan?
Magkakapatid?

Gagawin nitong
Ina ang lahat para
Sa kanyang anak

Ang pagmamahal
Ng ina sa anak ay
Tinatawag na

"Unconditional"
Sa 'ting wika'y wala 'tong
Pasubali at

Sa kaibigan
Ang pagmamahalan ay
Bigayang tunay

Nangingibabaw
Ang dugo sa relasyong
Magkakapatid

Humigit man o
Kumulang ang pag-ibig
Dapat pupunan

Walang pag-ibig
Na sobra, pagkat ito'y
Nakalalason

Pagmamahalan
Ay di dapat kulang at
Sobra, sapat lang

Ang kailangan
Sobrahan ang unawa
Pasens'ya, maging

Matapat lamang
Tunay na pag-ibig 'yan
Sapat sa sukat

Pagmamahal na
Medyo kulang pero 'to'y
P'wedeng dagdagan

Pagmamahalan
Di dapat k'wentahin at
Walang kapalit

Pagmamahal ng
Panginoon ay walang
Katumbas at 'to'y

Pantay-pantay lang
Salamat Panginoon
Mabuhay Kayo!

90) SAMPAGUITA...HALIMUYAK KITANG-KITA

Napakabango
Ng bulaklak na ito
'to'y mabusilak

Ang sampaguita
Ay pambansang bulaklak
Ng Pilipinas

Itong bulaklak
Na ito ay isa sa
Tanyag at isang

Mahalimuyak
Matatagpuan din sa
Bansang India

Kadalasan ay
Sa altar inaalay
Bilang paggalang

Ito'y paggalang
Sa 'sang kaugalian
Sa ka-islahan

Ang sampaguita
Mabisa ring panggamot
Sa insomniya

Gamot din ito
Sa dya'betis at kirot
Ng 'ting katawan

P'wedeng gamiting
Tsa-a ang sampaguita
Huwag kalimutan

Ginagawa rin
Itong pabango, di ba?
Ang sampaguita

Ay masasabing
Maraming simbulo na
Kahanga-hanga

Ito'y ang yaman,
Pag-asa, dibosyon at
Ang pakumbaba

At katapatan,
Lakas, at halimuyak
Ay nakikita

Sa 'ting paligid
Ito ay kabanguhan
Mula sa altar

Halimuyak na
Nakikita ay sadyang
Matalinghaga

91) MAGANDANG BUHAY...KANINO?

Maganda ba ang
Buhay mo dito ngayon?
Gandang balita

Paano ba ang
Magkaron ng buhay na
Matiwasay at

'Sang maayos na
Pamumuhay sa mundong
Ibabaw, tama?

Kahit tayo ay
May pinagdaraanan
Dapat buhay ay

Pahalagahan
Sapagkat kahit anong
Pagsubok dapat

Harapin maging
Matatag, matapang at
Mapagpasens'ya

Huwag mawalan
Ng pag-asa at huwag
Sukuan itong

Araw-araw na
Engkuwentro at hamon ng
Buhay palaban

Lahat tayo ay
Merong magandang buhay
Merong magandang

Kasaysayan na
Dapat lang isalaysay
Magsaya tayo

Pasalamat lang
Tayong lahat sa mga
Biyaya natin

Panginoon na
Mapagmahal sa ating
Lahat at buong

Sangkatauhan
Mabuhay Buhay sa 'ting
Magandang Buhay

92) MAGKAIBANG MUNDO... PAREHONG BILOG

Pantay-pantay ba?
Ang mga tao rito?
Sa mundong ito?

Tingnan nga natin
May mayaman, mahirap
Ang katayuan

Ang katangian:
Marunong, mabait at
Masipag, listo

Ang kapintasan:
Mabagal, salbahe at
Madamot, tamad

Ang kakaiba
Ang tao sa ilalim
Ng iba't-ibang

Kategorya at
'to'y katangian, pati
Katayuan at

Kapintasan din
Iyan ang pagkakaiba
Isa-isip lang

May kasabihan
Umiikot ang mundo
Pantay-pantay lang

Kahit ano mang
Kategorya ng tao
Sa mata ng Dios

Pantay-pantay 'to
Walang nakalalamang
Pare-pareho

Nilikha tayo
Sa imahen ng ating
Panginoon at

Lahat ng likha
Ay magkakapareho
Mundo mo'y bilog

Mabuhay Buhay!
Magkaibang mundo ay
Bilog pa rin s'ya

93) UGNAYAN NG KATAWAN… NAGKAKAISA

Ang katawan ay
Kabuuan ng isang
Katauhan at

Nag-uugnay 'to
Sa isa't-isang parte't
Nagtutulungan

Hindi kaya ng
Isang kamay magbuhat
Ng sobrang bigat

Kailangan ng
'sang kamay ang isa pa
Magtulungan lang

Nilikha tayo
Sa imahen ng ating
Panginoon at

Kung tayo ay may
Magandang kabuuan
Sa pagkatao

Bawat parte ng
Ating katawan ay may
Ugnayang tunay

May mata nga kung
Wala namang tenga ay
Di buo, kulang

Ganoon din ang
Mga kamay at paa
Pati na utak

At lalo na ang
Puso na nagdudugtong
Sa 'ting emosyon

Isang parte ay
Isang katawan ito
Ang kabuuan

Para lang lupang
Pilipinas bahagi
Ito ng mundo

Nagkakaisa
Magtutulungan isang
Bayan, 'sang Bansa

Sa mundong ito
Nagkakaisang bansa
Ang tawag dito

Nasyong ugnayan
Pagtutulungan bawat
Bayan, Mabuhay!

94) ANG LIBRO NG BUHAY...
MAKASAYSAYAN

Makulay ating
Daigdig, malawak ang
Ating paligid

Niluwal ang 'sang
Sanggol sa maliwanag
Mundo'y masaya

Magulang sobra
Ang sigla sa pagdating
Munting nilalang

Batang malusog
Masipag mag-aral at
Nakatapos din

Ng kolehiyo
Nagsikap, may trabaho
S'ya'y nagtagumpay

Matayog kanyang
Pangarap, masigasig
'gandang layunin

Saan papunta
Ang buhay, alam mo ba?
Makasaysayan

May saysay ba ang
'Yong buhay, ang buhay na
Pinagkaloob

Mahal na Poong
Maykapal, 'yan ang saysay
May kabuluhan

Ang kapalaran
Ay di dahil sa suerte
Binibigay 'to

Karapat-dapat
Pag-ukulan ng pansin
Ng panahon at

Pinaglalaban
Karapatan ng tao
Buhay ay dapat

Pahalagahan
May hangganan ang buhay
Bigyan katwiran

Ano at saan
Ang katapusan nito?
Kamatayan ba?

Ang masasabi
Natin, ito ay ikot
Ng ating buhay

Mula dito sa
Sinapupunan hanggang
Sa kamatayan

Mabuhay, Buhay!
Mabuhay kapalaran
Hanggang sa muli!

95) IMPOSIBLE NANG MANGYARI...NANGYARI NA

May nakarating
Sa b'wan, kahanga-hanga
Imposible ba?

Maraming bagay
Dito sa mundo ang di
Maintindihan

Marami din ang
Imposible na naging
Posible, tama?

Ang pag-aaral
Ay mahalagang tunay
Sa marangal na

Layuning aral
Posibleng maging isang
Iskolar, di ba?

Ang taong merong
Kapansanan ay meron
Din karapatan

219

Magtagumpay sa
Layunin niya sa buhay
Nangyayari na

Ang imposible'y
Pilotong walang kamay
Nagpapalipad

Ng eroplano
Wala talagang hindi
Mangyayari sa

Mundong ibabaw
Inuulit ko walang
Imposible sa

Lahat ng bagay
At walang imposible
Sa ating Diyos

96) SALAMIN NG PAGBABAGO...NABASAG

Normal ang buhay
Karaniwang gawain
Sa araw-araw

Ito ang hindi
Makikita sa ating
Paligid t'wina

Kung minsan hindi
Natin namamalayan
Nakakasakit

Tayo ng ibang
Damdamin at dapat ay
Pakiramdaman

Dapat humingi
Tayo ng paumanhin
Senyales ito

Ng pagbabago
Ituloy natin itong
Magandang asal

May lugar ba sa
Ating puso ang tunay
Na pagbabago?

Kung sa akala
Natin tama ang takbo
Ng ating buhay

Ating suriin
Ang sarili natin at
Bigyan ng lugar

Ang pagbabago
Igalang ang sarili
At mga tao

Sa n'yong paligid
H'wag basagin magandang
Layuning tunay

Maiksi lamang
Ang buhay at mamuhay
Ng may kalidad

Sana ay inyong
Nagustuhan ang "Haiku"
Na may aral at

Impormasyon na
Dulot sa 'ting paligid
Dunong, dagdag din

Mabuhay! Buhay!
Hay Naku! Haiku tula
Ng pagbabago

97) LAGPASAN...HUWAG HIGITAN

Kontento ka ba?
Sa buhay mo, sapat na
Ba ang salitang

Sapat o husto
Mong umakyat ng konti
Lampasan lamang

Ang kagustuhan
Sa buhay ay higitan
Ang kakayahan

Pag hinigitan
Mo ang isang tao ay
Kayabangan ang

Ipaparatang
Sa 'yo, pero, pag iyong
Sarili ang 'yong

Nilagpasan ay
Kabutihan at hindi
Makasarili

Kahulugan ng
Lagpas, sapat, higit 'to'y
'ting saliksikin

Ang tinutukoy
Ko sa aking Haiku ay
Ang paggawa ng

Kabutihan at
Pagiging matulungin
At gandang asal

Ang pagbibigay
Ng palimos ay isang
Ordinaryo at

Magagawa sa
'ting mumunting paraan
Hala! Tulong na

Sa daming beses
Dumating 'tong bagyo at
Unos, maraming

Nasalanta at
Napinsala, tulong ay
Kinailangan

'to ang pagsubok
At kakayahang maging
May pusong tunay

Na tumutulong
Kinakalimutan ang
Kanyang sarili

Ang taong gustong
Gumawa ng mabuti
Tahimik lamang

Salamat dito
Sa kabutihan at sa
Tulong, Mabuhay!

98) PAGMAMAHAL...
LENGUAHE SA MUNDO

Kababayan at
Banyaga pareho lang
Mag-usap lamang

Subukan natin
Makipag-usap hindi
Harapan kundi

Talikuran at
Ito'y nakakailang
Dapat harapan

Ang pag-uusap
Kailangan malinaw
May intindihan

Kung minsan senyas
Lang ang magagamit sa
Pag-uusap at

Sinisikap na
Magkaintindihan at
Ang magkasundo

Importante ang
Komunikasyon sa'tin
Sa araw-araw

Sa Pilipinas
At sa ibang bansa ay
Mahalaga 'tong

Pag-uusap na
Bukas' o masinsinan
Abot-usap lang

Ang tamang susi
Sa bawat bansa ay ang
Pagmamahalan

Pagmamahalan
Ang nag-uugnay, bawat
Bansa, tama ba?

Katahimikan
Resulta ng tunay na
Pagmamahalan

Bukod sa daming
Uri ng usapan ay
Iba pa rin 'to

Ang pag-uusap
Ay isang lenguahe sa
Mundong ibabaw

Kaya tayo ay
Merong tinatawag na
"United Nations"

Organisasyon
Ito na sentro nitong
Pagmamahalan

Ituloy lang ang
Pagmamahalang tunay
Mabuhay! Bansa

Pagkakaisa
Lenguahe sa mundo ay
Pagmamahalan

Ating tandaan
Ang pagmamahalan ay
Nararamdaman

Sa mga senyas
At sa mga hiwatig
Ng mga mata

Lenguahe pa rin
Ito ng pagmamahal
Salamat HESUS!

99) SA PILING NI NANAY...MATIWASAY

Ang kwento tungkol
Sa 'sang ina na ayaw
Ipadapo ang

Anak sa lamok,
Sa langaw, at lagi ng
Pinaghehele

Itong istoryang
'to ay di gawa-gawa
'to ay totoo

Ina'y sandalan
Bubong pag umuulan
Kumot sa ginaw

Araw at gabi
Ina'y laging katabi
Pinaglalaban

Ang kapakanan
Kahit na kanino man
Bayaning tunay

Nilalayo sa
Mga kapahamakan
S'ya'y mapagmahal

Ating mahalin
Ang magulang lalo na
Ang ating nanay

Masakripisyong
Tunay inang mahal at
Maunawain

Masasabihan
Ng problema ang nanay
S'ya'y makikinig

Di mapakali
'Pag anak ginagabi
Dakilang ina

'Pag ang anak ay
Nasasaktan, mas pa ang
Ina, puso n'ya'y

Umiiyak at
Durog at nagdaramdam
Ulirang ina

Magsabi lagi
Nang "mahal kita" sa 'ting
Ina at ama

Nakaka"mis ang
Aking mga magulang
na pumanaw na

Basbasan ninyo
Panginoon lahat ng
Mga magulang

Ang mga ina
Na martir at bayani
Mabuhay sila

100) MATATAG SI TATAY... KATUWANG NI NANAY

Bagamat una
Si Adan na nilikha
Ng Panginoon

Kinuha ng Dios
Sa tadyang ni Adan ang
Babaeng tunay

Si Eba'y unang
Babaeng nilikha sa
Mundong ibabaw

Ang ama'y padre
De pamilya, ang ina
Ay ang ilaw ng

Tahanan, taga
Aruga ng anak at
Ulirang kab'yak

Ang ama ay ang
Nagdadala ng kanyang
Pamilya para

Alagaan ang
Buong kapamilya at
Ito'y mahalin

Ang ating ama
Ay nagtatrabaho ng
Masuportahan

Kanyang kaanak
Dapat maging matatag
Ang ating ama

Ang ama ay s'yang
Tagapagtaguyod ng
Pamilyang tunay

Pinagbuklod ang
Mag-asawang tunay at
Dapat tulungan

Mabuhay itay
Mabuhay inay, sa 'ming
Magandang buhay

101) PAGBUKAS NG BAGONG YUGTO

Bawat umpisa
Ay may katapusan at
Pwedeng magbukas

Ng panibago
Ang aking tinutukoy
Ay itong "HAIKU"

Itong "HAIKU" na
Tagalog ay malapit
Ng magwakas at

Pang isang daan
At isa na ito (101st)sa
Pagtatapos at

Nang sa muli ay
Makasulat ng "HAIKU"
Sunod na yugto

Salamat sa 'n'yo
Sa pagbasa ng "HAIKU"
"HAY NAKU! HAIKU"

Kung sino man at
Ano man salamat sa
'Nyong pagtangkilik

Sana ay inyong
Nagustuhan ang "HAIKU"
Na merong aral

Mabuhay Buhay
Hay Naku! Haiku tula
Ng pagbabago

Totoo, itong
Hay! Naku Haiku ay 'sang
Yugto ng buhay

Mabuhay! Haiku!
Sinalin sa Tagalog
Wikang mahal ko!

PANG-WAKAS NA SALITA
(EPILOGIO) (EPILOGUE)

Laking ligaya ang naidulot sa aking puso ng maisulat ko itong isang daan at isa (101) na Tagalog Haiku. Medyo makapal ang librong ito dahil sa dami ng tula.

Nung una ay naisipan kong bawasan o hatiin itong libro sa dalawang parte.

Pero ang 101 na numero ay napakahalaga sa akin, dahil sa naiisip ko rin ang kahalagahan ng may matututunan ang mga mambabasa sa paggawa ng Haiku. Sa Paunang Hiwatig (Preface) ay inilahad ko kung paano ang paggawa ng Tagalog Haiku dahil hindi ordinaryo ang tulang Haiku. Ang tulang ito ay may sukat at ang bilang ay 5-7-5.

Sa pagkakataong ito ay nais kong pasalamatan kayong nakabasa na nang Haiku. Sa paglalathala ko ng "Hay Naku, Haiku" ay para rin sa mga kinaukulan, kagaya ng mga guro sa paaralan, mga mag-aaral at kahit na sino man ang may interes sa pagpapalawak ng salitang Tagalog o sino man ang may gustong madagdagan ang kaalaman ng wikang Tagalog.

Napakabait ng ating Panginoon sa Kanyang pagkahenerosong tunay. Pati na ang Espiritu Santo ay napakamatulungin at nabigyan ng katalinuhan at kaalaman ang isang abang taong katulad ko. Pinalawak niya ang aking isipan at pinagyabong sa pagmamahal ang aking puso.

Inuulit ko, na ang "Hay Naku, Haiku" ay tula ng pagbabago at ang pagtahak nito sa landas patungo sa magandang buhay.

May ngiti sa aking labi at tuwa sa aking puso at sa aking maaliwalas na isipan ang tagumpay na aking natamo. Tagumpay hindi sa yaman na materyal kundi yaman sa galak ng kabuuan ng isang librong mapapakinabangan.

Mabuhay wikang Pilipino at ang salitang Tagalog! Mabuhay!

Ang kaalaman, ang mga natutunan, at karanasan ay nararapat ikagalak, ipagmalaki at ipamahagi sa iba, sa kapwa at sa sanlibutan, lalo na kung kapaki-pakinabang. Ito ay isang uri ng pagmamahal at pag-aalala at isang yaman na walang katumbas na halaga sapagkat ito ay pamana ng Dakilang Lumikha sa mundong ibabaw.

CPSIA information can be obtained
at www.ICGtesting.com
Printed in the USA
FSHW020338220420
69236FS